அத்திமரச் சாலை

நாவல்

என்.ஸ்ரீராம்

டிஸ்கவரி பப்ளிகேஷன்ஸ்
எண்: 9, பிளாட் எண்: 1080A, ரோஹிணி பிளாட்ஸ்
முனுசாமி சாலை, கே.கே.நகர் மேற்கு,
சென்னை - 600 078. பேச: 99404 46650

வெளியீட்டு எண்: 0286

அத்திமரச் சாலை (நாவல்)
ஆசிரியர்: என்.ஸ்ரீராம்©
Athimara Salai (Novel),
Author: **N.Shriram**©
ISBN: 978-81-19541-55-3
Print in India
Discovery 1st Edition: Dec - 2023
Pages - 102
Rs - 130

Publisher • Sales Rights

Discovery Publications	**Discovery Book Palace (P) Ltd**
No. 9, Plot,1080A, Rohini Flats, Munusamy Salai, K.K.Nagar West, Chennai - 78. Tamilnadu, India. Mobile: +91 99404 46650	No. 1055-B, Munusamy Salai, K.K.Nagar West, Chennai-600 078. Ph: (044) 4855 7525 Mobile: +91 87545 07070

discoverybookpalace@gmail.com / www.discoverybookpalace.com

இந்த நூலில் பிரசுரமாகியுள்ள எந்த ஒரு பகுதியையும் எழுத்துபூர்வமான முன்அனுமதி பெறாமல் எடுத்தாள்வதோ, மறுபிரசுரம் செய்வதோ, மொழியாக்கம் செய்வதோ, ஊடகங்களில் மறுபதிப்புச் செய்வதோ, காப்புரிமைச் சட்டப்படி தடை செய்யப்பட்டுள்ளது. இந்த நூலிலிருந்து சில பகுதிகளை மேற்கோள்காட்டி நூல்அறிமுகம் செய்யலாம்.

உங்கள் மொபைல் போனிலிருந்து ஸ்கேன் செய்து 'டிஸ்கவரி புக் பேலஸ்' மொபைல் ஆப்பை டவுன்லோடு செய்து, புத்தகங்களை வாங்குங்கள்.

சமர்ப்பணம்

நீரோடிய ஒரு மழைநாளில்
'பதேர் பாஞ்சாலி' வாசிக்கத் தந்த
விஜயராஜின் நினைவுக்கு...

ராமபாணம் பூத்த நாட்கள்

அது ஒரு மழைக்காலம். ஐப்பசி மாதத்தின் இறுதி வாரம். வங்கக் கடலில் புயல் எழுந்திருந்தது. மூன்று தினங்களுக்கு மேலாக மழை விட்டுவிட்டுப் பெய்துக் கொண்டே இருந்தது. மழை நிற்கிற பாடு தெரியவில்லை. கீக்காற்று குளிருடன் வீசிற்று. ஜல மூலையிலிருந்து கருமுகில்கள் கிளர்ந்து மேலேறி வந்துக் கொண்டேயிருந்தன. எந்நேரமும் வானம் மூடிக் கவிந்து இருந்தது. உச்சிவெட்டாப்புக்கூட விடவில்லை. ஈரம் சொதும்பி தொண்டுபட்டியில் மாடுகள் கால் தாங்கி நின்றன. கட்டுத்தரையில் எருமைகள் சேற்றோடுக் குதித்து முளைக்குச்சியைக் கொம்பில் தட்டிப் பிடுங்க முயன்றன. கோழிக்குஞ்சுகளும், சேவல்களும் விறைத்துச் சுவரோரம் ஒன்றியிருந்தன. நல்ல மேய்ச்சலில்லாமல் செம்புலியாடுகள் பட்டித்தரம்பை நெருக்கின. குட்டிகள் தாய்மடி தேடி, கிடைக்காமல் கத்தின.

நாங்கள் தோட்டத்து வீட்டு வெளி ஆசாரத்தில் உட்கார்ந்து மழையையே பார்த்தபடி இருந்தோம். மழை புகைச்சல் புகைச்சலாகக் கிழக்கேயிருந்து மேற்கே போயிற்று. ஆட்டுக்காரப் பையன் உரச்சாக் கைக் கொங்காடை செய்து அணிந்து கொண்டு வண்டிச் சாய்ப்பிலிருந்து வந்து வாசலில் நின்றான். பெரியப்பாவும் அப்பாவும் எழுந்து, ஆளுக்கொரு குடையை விரித்துக்கொண்டு ஆட்டுக்காரப் பையனோடு போனார்கள். நான் கண்ணப்பண்ணனிடம் மெதுவாகக் கேட்டேன்.

''நாம அப்புச்சி ஊர்வெரைக்கும் போலாமா?''

''எதுக்கு?"

''ஏதாச்சும் புஸ்தகம் எடுத்துக்கிட்டு வரலாம்."

கண்ணப்பண்ணன் எழுந்து அடுப்படிக்குச் சென்று பெரியம்மாவிடம் சொல்லிக் கொண்டிருந்தான். சற்றுநேரத்தில் பெரியம்மா ஆசாரத்து நடையில் வந்து நின்று என்னைப் பார்த்தபடியே கேட்டாள்.

''ஆராச்சும் கூப்பிட்டாங்கன்னு ஒறம்பறைக்குப் போயிறக் கூடாது... மழகாலம், ரெண்டு பேரும் போனமா... கிருமமா வந்தோமான்னு இருக்கணும்...''

மழை கனத்தும், தூறலாகவும் மாறி மாறி இறங்கிற்று. நானும், கண்ணப்பண்ணனும் கிளம்பினோம். நான் சைக்கிளை ஓட்டினேன். கேரியரில் உட்கார்ந்து அவன் குடையை விரித்துப் பிடித்துக் கொண்டான். மழை நீர் ஒழுகிய மண்பாதையில் தட்டான்கள் தாழப் பறந்து கொண்டிருந்தன. கொக்குகள் குமுக்கு குமுக்காக அலைந்தன. மழையின் ஓசையைத் தவிர வெளி பெரும் நிசப்தம் பூண்டிருந்தது. கோவில்பாளையத்தில் ஆள் நடமாட்டமேயில்லை. மணல் பாவிய வீதியில் சைக்கிள் தாரை பதிந்துப் போயிற்று.

வடக்கு வளவிலிருந்த குமரேசன் வீட்டு டேப்ரிக்கார்டரிலிருந்து ஜேசுதாஸின் சோக கானம் ஒலித்தது. ஈரமான ரோஜாவே முடிந்து, பாடி... அழைத்தேன்... துவங்கிற்று. தறியில் நெசவு நெய்துக் கொண்டிருந்த குமரேசன் இறங்கி வந்தான். டேப்ரிக்கார்டரின் சப்தத்தைக் குறைத்து வைத்தான் கண்ணப்பண்ணன் தார்க் கூடையில் கிடக்கும் புத்தகங்களைத் துழாவினான். படக் கதைகள், க்ரைம், வாராந்திரிகள், மாதாந்திரிகள் ஆகியவற்றோடு அருள்பிரகாச மாமாவின் ஸ்ரீராமஜெயமும் தர்ம சக்கரமும் கலந்து கிடந்தன.

மழை திரும்பவும் கனத்தது. கூரைத் தண்ணீர் கொட்டிடத் துவங்கிற்று. பட்டி நாயைத் தேடிக்கொண்டு வீதியில் சப்தமிட்டுக் கொண்டிருந்த விஜயராஜ் அங்கு வந்தார். குடையுடன் வாசலில் நின்றபடியே எங்களிடம் மழைப் பற்றிப் பேசினார். போகும்போது என்னிடம் சொன்னார்.

"எங்கவூட்டுல ஒரு பொஸ்தகம் ரொம்ப நாளாக் கெடக்குதப்பா.. என்னால படிக்க முடியல. நீ படிக்கறதுன்னா வந்து எடுத்துக்கிட்டுப் போ..."

நான் குடையை பிடித்தபடி விஜயராஜின் பின்னே நடந்தேன். ஊரின் வடபுறம் அவரின் தோட்டம். தோட்டத்தின் வடகோடியில் வீடு இருந்தது. புகையிலை நடவுபோட்ட குட்டையின் வரப்பில் ஏறினோம். புயலைப் பற்றிப் பேசிக்கொண்டே நடந்தோம். குரும்பூக்கள் செருப்புக்காலில் மிதி பட்டன.

மழை தூறலாகியிருந்தது. காற்றுக் கொம்பு சுழன்றடித்தது. சோளப் பயிரின் மணத்தோடு வந்தது. மழைக் குருவிகள் நிலத்தை

ஒட்டிப் பறந்தன. கட்டுத்தரையில் புகுந்து சென்றோம். எருமைகள் படுத்தபடி வாலை வீசிச் சேற்றை விசிறிக் கொண்டிருந்தன. மூத்திரக் கவிச்சி அடித்தது. வாசலில் தென்னங்கீற்றுப் பந்தல் நனைந்து ஒழுகிக்கொண்டிருந்தது. தாழ்வான சீமையோட்டுச் சாய்ப்புக்குள் சென்று அவர் அந்தப் புத்தகத்தை எடுத்து வந்து கொடுத்தார்.

புத்தகத்தின் ஓரத்தைக் கரையான்கள் அரித்திருந்தன. தாள்கள் பழுப்பேறி உடையும் நிலையை அடைந்திருந்தன. முன் அட்டை கிடையாது. நான் புத்தகத்தின் தலைப்பைப் பார்த்தேன். பதேர் பாஞ்சாலி வங்க மூலம் விபூதி பூஷண் பந்த்யோபாத்தியாய். தமிழில் ஆர். ஷண்முகசுந்தரம் என்றிருந்தது. பந்தியோபாத்தியாய் என்பதைப் பல தடவை எழுத்துக் கூட்டித்தான் வாசிக்க முடிந்தது. அதேபோல் ஷண்முகசுந்தரம் என்பதில் ஷ விநோதமாக இருந்தது. அப்போது இயக்குநர் ஷங்கர், நடிகர் ஷக்தி போன்றவர்கள் வராத காலம்.

நான் சட்டையின் மேல் பொத்தானைக் கழற்றிப் புத்தகத்தை பனியனுக்குள் போட்டுக்கொண்டேன். விழுந்து விடாமல் இருக்க லுங்கியை இறுக்கிக் கட்டினேன். வட்டச் சொம்பு விலக்கும் இடத்தில் ராமபாணக்கொடி பந்தல் கொள்ளாமல் பூத்திருந்தது. நான் புகையிலைக் குட்டை வரப்பில் இறங்கி நடந்தேன். மின்சாரக் கம்பிகளில் மழைக் குருவிகள் வரிசையாக அமர்ந்து சிறகு கோதிக் கொண்டிருந்தன. பனை மரத்துக்குள் செம்போத்தின் குரல் கேட்டது.

காற்று தூறலைச் சிதறடித்தது. நான் பதேர் பாஞ்சாலி தலைப்பைப் யோசித்தபடியே தெற்கு பார்த்து நடந்தேன்.

அந்தி இருள் சூழ நானும் கண்ணப்பண்ணனும் எங்கள் தோட்டம் வந்து சேர்ந்தோம். எங்கும் மின்சாரம் இல்லை. தவளைகள் இடைவிடாமல் கத்திக் கொண்டிருந்தன. அம்மா வெளி ஆசாரத்துத் திண்ணையில் அரிக்கேனை வைத்திருந்தாள். வெளிச்சம் சிறுவட்டமாக அரிக்கேனின் நிழலுடன் பரவியிருந்தது. விட்டில்களோடு, ஈசல் சிலதும் பறந்து வந்து கரிக் கண்ணாடிமீது மோதிக்கொண்டிருந்தன. நான் அருகில் அமர்ந்து புத்தகத்தை விரித்துப் படிக்கத் துவங்கினேன். இரவு எல்லோரும் உறங்கச் சென்றபின் பாயை ஒட்டி சிம்னியை வைத்துக்கொண்டு சாமம் தாண்டி நெடுநேரம் வரை வாசித்தேன். மழை ஓய்ந்தபாடில்லை. மறுநாள் காலையில் குளம் நிரம்பி, நீர்க்கோழிகளும், நீர்க் காகங்களும் வந்துவிட்டதாகக் கண்ணப்பண்ணன் ஆட்டுக்காரப் பையனோடு பார்க்கக் கூப்பிட்டான். நான் திண்ணையில் அமர்ந்து வாசித்தபடியே இருந்தேன். மறுதினம் சாயங்காலமாகப் புத்தகத்தை

வாசித்து முடித்தேன். எனக்குத் தனிமை தேவைப்பட்டது. குடையுடன் எழுந்து கிணற்றுமேட்டுத் தொளைவாரியில் போய் உட்கார்ந்து கொண்டேன். மழை விட்டிருந்தது. கொக்குகள் கிழக்கே போயின. முகில்கள் கலைந்து சில இடங்களில் நீல ஆகாயம் தெரிந்தது. ஷண்முகசுந்தரத்தின் மொழிபெயர்ப்பில் சொற்கள் எளிமையாக இருந்தாலும், வாக்கியங்களாக வாசிக்க எனக்குக் கடினமாக இருந்தன. அன்றையதே போல, ஒரு புயல் தினத்தில் நான் மேற்கு வங்கக் கிராமம் ஒன்றில் சஞ்சரித்தேன். கெண்டை மீன்கள் மழைக் காற்றோடு சேர்ந்து விழுந்தன. அப்புவும் துர்காவும் விளையாடுவது என் தோட்டத்தில் நாங்கள் விளையாடியது போலவே இருந்தது. நானும் விளையாண்டேன். என் தோட்டத்தில் சர்போஜ்யாவின் அன்றாட வாழ்க்கை பரிச்சயமானதாகப்பட்டது. ஹரிஹரனின் மீள முடியாத வறுமையைக் கண்டு அழுதேன். முக்கால்வாசி நாவல் கடந்தபின் திடீரென நிகழும் துர்காவின் மரணத்தைத் தாங்கிக் கொள்ளவே முடியவில்லை. புத்தகத்தை மூடி வைத்துவிட்டுப் பிரமை பிடித்தவன் போல் திண்ணையில் அமர்ந்திருந்தேன். நேரத்துக்கு ஒழுங்காகச் சாப்பிடக்கூட இல்லை. எனக்கு அந்த மழைக் காலம் இன்னும் ஞாபகத்தில் அப்படியே இருக்கிறது. புயல் கரையைக் கடந்துவிட்டதாக வானொலிச் செய்திகள் தெரிவித்தன. கறுத்த முகில்கள் கலைந்து மேற்குப் பார்த்து விரைந்தன. இரு தினங்களுக்குப் பின்பு சூரியன் எட்டிப் பார்த்தது. நான் பதேர்பாஞ்சாலி நினைவாகவே தோட்டத்துத் தென்னை மரச் சாலடியில் தனிமையில் திரிந்தேன். கொய்யா மரவாதுவில் ஏறி அமர்ந்து யோசித்தேன்.

இதுவரை நான் எதார்த்த மனிதர்களின் வாழ்வைப் பற்றிய புனைவுகளை வாசித்ததேயில்லை. பதேர் பாஞ்சாலியின் தாக்கம் தொடர்ந்து என்னை நிலைகுலையச் செய்தது. என் தேடல் வேறு மாதிரி உருவம் பெற்றது. வாசிக்க வாசிக்க அவதானிப்பு கூர்மையடைந்தது. சொற்களை எதார்த்த வாழ்வின் காட்சிப் பின்புலத்தில் கட்டமைக்கக் கூடிய சாத்தியங்கள் உருவாகி வந்தன. எந்த வடிவத்தில் வெளிப்படுத்துவது என்பதுதான் குழப்பமாக இருந்தது. சிறுகதையின் சிக்கனம் எனக்குக் கைகூடவில்லை. நாவலின் காட்சி விவரிப்பும் கைகூடவில்லை. எழுத முடியாமலே நாட்கள் கழிந்துகொண்டிருந்தன. அத் தருணத்தில் ஒரு விபத்து போலக் கணையாழியும், சுபமங்களாவும் அறிமுகமாயின. குறுநாவல் என்கிற ஒரு வடிவத்தின் மீது தனி வசீகரம் ஏற்பட்டது. எஸ். ராமகிருஷ்ணனின் நிழலாய் இருந்தவர்கள், ஜெயமோகனின் மண் போன்றவற்றை திரும்பத் திரும்ப வாசித்தேன்.

நவீன இலக்கியப் பரப்பில் அநேகமாக எல்லா எழுத்தாளர்களுமே ஒரு சில நல்ல குறுநாவல்களை எழுதியிருந்தார்கள். சி.சு. செல்லப்பாவின் வாடிவாசல், ஜி. மு. நாகராஜனின் குறத்திடுக்கும் பிடித்தமானவையாக இருந்தன. அந்தச் சமயத்தில் எழுத்தாளர் சுஜாதா குமுதத்தின் பொறுப் பாசிரியராகி இருந்தார். குமுதம் ஏர் இந்தியாவுடன் இணைந்து கவிதை, சிறுகதை, குறுநாவல், நாவல் போட்டி அறிவித்தது. எழுத நினைத்து, எழுதியவையும் எனக்கே திருப்தியில்லாததால் நான் அனுப்பவில்லை. பின்னர் அப்போட்டியில் தேர்ந்தெடுத்த மூன்று குறுநாவல்களைக் குமுதம் பிரசுரித்தது. சுப்ரபாரதி மணியனின் நகரம் 93, சாருநிவேதிதாவின் தஸ்கதீர் நெய்தல் நிலக் குறிப்புகள், கௌதம சித்தார்த்தனின் மண். என் சோம்பேறித் தனத்தாலும், அதுவும் குமுதத்தில் வெளிவரும் பழைய சாயல்கொண்ட கதைகளாகவே இருக்கும் எனத் தொடராக வந்தபோது வாசிக்காமல் புறக்கணித்தேன். நம்பி தொடராக வந்தபோதும் வாசிக்காமல் புறக்கணித்தேன்.

ஆறு மாதங்களுக்குப் பின் ஒரு அம்மா பிளாஸ்டிக் குடம் வாங்குவதற்காகப் பழைய புத்தகப்பைகளைக் கேட்டுக்கொண்டிருந்தால். நான் எங்கள் வீட்டு பரணில் கிடந்த சாக்கு மூட்டைகளை இறக்கினேன். சீமை யோட்டின் வழி இறங்கியிருந்த வெயிலின் உக்கிரம் சாக்கு மூட்டைகளின் மீதும் படித்திருந்தது. அவிழ்த்துக் கொட்டினேன் பிற இதழ்களோடு, குமுதம் இதழ்களும் தரையில் விழுந்து குவிந்தன. ஏற்கனவே நான் இந்த மூன்று குறுநாவல்களையும் எப்பொழுதாவது வாசிக்க வரிசைக் கிரமமாக, அடுக்கி' வைத்திருந்ததைக் கண்டேன். எடுத்துக்கொண்டு போய் வாசிக்க ஆரம்பித்தேன். மூன்றும் வெவ்வேறான களம், கதாபாத்திரங்கள், மொழிநடை... எனக்கு நம்பிக்கை துளிர்விட்டது. என் மன உலகத்துக்குள் கிடந்து தவித்த கதாபாத்திரங்கள் வடிவம் கொண்டன. நெட்டுக்கட்டு வீடு கணையாழியில் பிரசுரமாயிற்று.

இந்தக் காலகட்டத்தில் நானும், சு. தர்மராஜனும் குற்றாலம் அருவியில் குளித்துவிட்டு, தலைதுவட்டியபடி அவரின் LIC கேன்டினுக்கு நடந்து சென்று கொண்டிருந்தோம். அப்போது அவர் திடீரென வண்ணநிலவனின் பாம்பும் பிடாரனும் கதை பற்றிப் பேசினார். நான் இன்னும் வாசித்ததில்லை என்றேன். கேன்டின் வந்ததும் அவர் ஒரு பழைய புத்தகத்தைக் கொடுத்துச் சொன்னார்.

“இந்த புத்தகம் இப்ப எங்கேயும் கெடைக்காது... இங்கேயே வாசிச்சுட்டுக் கொடுத்திருங்க.” சாயங்காலத்தில் கேன்டின் ஆட்கள்

பெஞ்சியில் படுத்துத் தூங்க, நான் ஓரமாக உட்கார்ந்து வாசித்து முடித்தேன்.

ஊர் வந்த பின்பும் பாம்பும் பிடாரனும் மளசோவே இருந்தார்கள். அப்போது எங்கள் பகுதியில் காற்று காலம் துவங்கியிருந்தது. மழையற்றுப் போன வெளியில் செம்மண் புழுதிகள் பறந்தன. மேகாற்று அகோர ரூபம் கொண்டு வீசிற்று. காற்றை எதிர்த்து சைக்கிளைச் செலுத்த முடியாமல் இறங்கி உருட்டியபடி வந்த போஸ்ட்மென் ஒரு கடிதம் கொடுத்துப் போனார். கணையாழியில் சம்பா நரேந்தர் நினைவு குறுநாவல் போட்டி அறிவித்திருப்பதாக தர்மராஜன் எழுதியிருந்தார். தான் எழுதுவது பற்றி யோசித்தபடியே இருந்தேன். எங்கள் ஊரிலிருந்து மேற்கே தாசர்பட்டியில் ரேக்ளா ரேஸ் பார்க்கச் சென்றுவிட்டுத் திரும்பும்போதுதான் களத்தை, கதாபாத்திரங்களைத் தீர்மானித்தேன். சீமை அம்பத்தாறு தேசமும் உருவாகிப் பரிசும் பெற்றது. நவீன இலக்கிய உலகில் நான் ஓர் சிறுகதை எழுத்தாளனாகவே கவனம் பெற்றிருந்தாலும்கூட இப்போது பார்க்கும் போது என் கதைகள் ஒரு குறுநாவல் வடிவத்திலேயே வெளிப்பட்டிருக்கின்றன என தோன்றுகிறது. "நாவலுக்குரிய அகச் சிக்கலையும் சிறுகதைக்குரிய கூர்மையையும் அடைந்த இலக்கிய வடிவம்" என்று குறுநாவல் குறித்துக் குறிப்பிடும் ஜெயமோகன், குறுநாவல் என்ற வடிவம் எழுத்தாளனுக்குப் பெரிய சவாலை அளிப்பது நாவலைப் போலக் குறுநாவலிலும் அவன் ஒரு களத்தை உருவாக்க வேண்டும். கதாபாத்திரங்களையும் உறவுச் சிக்கல்களையும் உருவாக்கிப் பின்னி விரித்தெடுக்க வேண்டும். அவற்றின் விரிவின் மூலம் கதைக்கருவின் ஒன்றுக்கு மேற்பட்ட பரிமாணங்களை வெளிப்படுத்திச் சிக்கலான சித்தரிப்புத் தளத்தைக் கட்டமைக்க வேண்டும். அதேசமயம் நாவலுக்குரிய இடம் அவனுக்கு இல்லை" என்கிறார். அவர் குறிப்பிடும் அவ்வளவு சிக்கல்களையும் குறுநாவல் எழுதும் எழுத்தாளன் எதிர்கொண்டுதான் ஆகவேண்டும். நானும் எதிர் கொண்டிருக்கிறேன்.

இக்கதை கொங்கு மண்ணைத் தாண்டி வேறு சில நிலவெளியில் என் கதை மாந்தர்கள் பயணப்பட்டிருக்கிறார்கள் வேறு வேறு விதமான வாசிப்பு அனுபவத்தை வாசகனுக்கு நிச்சயம் கொடுக்கும் என நம்புகிறேன்.

நேரம் காலமில்லாத பணிச்சுமையில் இரவு தாமதமாக வீடு திரும்பும்போதும், தொடர்ந்து வாசிக்கவும் எழுதவும் எனக்கு முகம்

சுளிக்காமல் நேரத்தைக் கொடுத்துதவிய மனைவி ராதா, மகன் அபிஷேக்குமார் ஆகியோருக்கு என்றும் பிரியங்கலந்த நன்றி.

என்னைத் தொடர்ந்து எழுத உற்சாகமும் ஊக்கமும் அளித்துவரும் நண்பர்கள், சக எழுத்தாளர்கள், பத்திரிகையாசிரியர்கள் மற்றும் முதல்பதிப்பை வெளியிட்ட தோழமை கு. பூபதிக்கும் விமர்சனம் எழுதிய சு.வேணுகோபாலுக்கும் இரண்டாம் பதிப்பை வெளியிடும் டிஸ்கவரி மு.வேடியப்பனுக்கும் மனமார்ந்த நன்றி.

பிரியமுடன்,
என். *ஸ்ரீராம்*
9841716099
06.11.2023

அத்திமரச் சாலை

1

பொழுது மேற்கே சரிந்துக் கொண்டிருந்தது. மஞ்சள் வெயில் ஊர் மேல் படரத் தொடங்கிற்று. நான் பள்ளிக்கூடம் விட்டு வீதியில் நடந்து வந்துக் கொண்டிருந்தேன். வீதி வெறிச்சிட்டுக் கிடந்தது. மேற்கு பார்த்த நடைகள்மீது வெயில் ஏறித் தகித்தது. பெரும்பாலும் வீடுகள் பூட்டியே கிடந்தன. தற்போது வயலில் நடவு நடைபெறும் காலம். இருட்டிய பின்னர்தான் ஜனங்கள் வீடு திரும்புவார்கள். எங்கும் மனித முகமே தென்படவில்லை. வளவுகள் பெரும் நிசப்தம் பூண்டிருந்தன. மின்சாரக் கம்பிகளில் மணிப்புறாக்கள் வரிசையாக அமர்ந்திருந்தன.

எங்கள் வீட்டின் முன்புறம் வாசற்படியை ஒட்டி இருபுறமும் மண் திண்ணை உண்டு. வலப்புறத் திண்ணை மீது எங்களின் செவலை நாய் படுத்திருந்தது. நான் இடதுபுறத் திண்ணையில் என் புத்தகப் பைக்கட்டை வைத்தேன். மெல்ல உட்கார்ந்தேன். என் அரவம் பழக்கப்பட்டதாலோ என்னவோ நாய் தலையை நிமிர்ந்துகூடப் பார்க்கவில்லை. தொடர்ந்து சுருண்டு படுத்தபடியே ஆழ்ந்த நித்திரையில் லயித்தது. நான் நாயின் இளைப்பெடுக்கும் வயிறு எழுந்து அமிழ்வதைக் கவனித்தபடியே இருந்தேன்.

"டேய், நாங்க தொட்டு வெளையாட்டு வெளையாடப் போறோம்... நீயும் வர்றியாடா?"

வீட்டுக்குப் பின்புறச் சந்திலிருந்து மாரிமுத்துவின் குரல் கேட்டது. நான் பதில் ஏதும் சொல்லவில்லை. மாரிமுத்து திரும்பவும் ஒருமுறை கூப்பிட்டுப் பார்த்துவிட்டுப் போய்விட்டான்.

எனக்கும் விளையாட ஆசை இருந்தது. ஆனால், உடனே போய்க் கலந்துகொள்ளவில்லை. சற்று நேரத்திற்கு முன்புதான் இன்று செவ்வாய்க்கிழமை என்பது ஞாபகத்தில் வந்திருந்தது. தாராபுரத்தில் சந்தை நாள். வடக்கு வெளியூர்களுக்குச் செல்லும்

பாரவண்டிகள் எல்லாம் இருட்டியபின்பு வரிசையாகத் தார்ச்சாலையில் வரத்தொடங்கும். அப்பன் என்னைத் தார்ச் சாலைவரை கூட்டிப் போவார். அதன்பின்பு அங்கு நடப்பதை நினைக்கும்போதே எனக்குள் பயமும் உதறலும் எழுந்தன. நான் இன்று இரவு அப்பனிடமிருந்து எப்படித் தப்பிப்பது என்றே சிந்திக்கலானேன். இருட்டும் முன்பே எங்காவது போய் ஒளிந்துகொள்ளலாம் என்றும் தீர்மானித்தேன். மனதுக்குள் அதற்கான இடத்தைத் தேர்வு செய்வதில் முனைந்தேன்.

வெயில் தாழ்ந்து கொண்டிருந்தது. வீதி மேல் சுவரின் நிழல் கிழக்கு பார்த்துப் படரத் தொடங்கியிருந்தது. அப்போது நாய் திடீரென எழுந்து ஓடிற்று. நான் வீதியை உற்றுப் பார்த்தேன். எருமைகள் அசைந்தபடி வந்துகொண்டிருந்தன. அம்மா புல்கட்டைத் தலைமீது சுமந்தபடி எருமைகளின் பின்னே வந்துகொண்டிருந்தாள்.

நான் வேகமாக எழுந்தேன். அம்மா பார்த்துவிடாதபடி வீட்டின் பின்புறச் சந்துக்கு ஓடினேன். அங்கிருந்து ராஜ வாய்க்காலை ஒட்டிய மந்தையை அடைந்தேன்.

அங்கு ஏற்கனவே மாரிமுத்து பையன்களோடு கூடி தொட்டு விளையாட்டிற்குத் தொடும் ஆட்கள் யாரெனப் பிரித்துக் கொண்டிருந்தான். நானும் போய்ச் சேர்ந்துகொண்டேன். விளையாட்டு மும்முரமாயிற்று. துரத்தி ஓடும்போது எங்கள் காலடியில் புழுதி பறந்தது. சப்தம் ஓங்கிக் கேட்டது. திடீரெனப் பார்த்தபோது முற்றிலுமாக இறங்கிவிட்டது. வெளிச்சம் மங்கிக் கொண்டு வந்தது. இன்னும் சிறிதுநேரத்தில் விளையாட்டு முடிந்துவிடும். பையன்கள் எல்லோரும் வீட்டுக்குக் கிளம்பி விடுவார்கள். நானோ ஒளியும் இடத்தை நினைத்தவாறு இருந்தேன். விடியும்வரை எவரும் கண்டுபிடிக்க முடியாத ஓர் இடமாக அது இருக்கவேண்டும் எனவும் முடிவு செய்தேன். ராஜவாய்க்கால் மேட்டில் பனைச் சால்களின் பின் புறம் உள்ள உன்னிப் புதர்தான் என் மனக்கண்முன் வந்துகொண்டே இருந்தது. கொக்குகள் மேற்கு பார்த்துப் போய்க்கொண்டிருந்தன. ஆகாசம் முகில் மூடிக் கிடந்தது. விளையாட்டு கலையும் நேரம் வந்து விட்டது. பையன்கள் சலித்துப்போய் நின்றிருந்தார்கள். மாரிமுத்து என் விலாவில் இடித்து ஜாடை காட்டினான். நான் பின்னால் திரும்பிப் பார்த்தேன். அம்மா மதிலோரம் நின்றிருந்தாள். கையில் உழிஞ்ஞை விளார் இருந்தது. தப்பி ஓடினால் அடி விழுந்துவிடும் எனத் தெரிந்து கொண்டேன். நேராக அம்மாவிடமே சென்றேன். அம்மா என் தோள்பட்டையைப் பற்றியபடி வீட்டுக்கு அழைத்துப்

போனாள். வீதி விளக்குகள் எரிய ஆரம்பித்திருந்தன. வீட்டின் வலப்புற மண் திண்ணையில் அப்பன் உட்கார்ந்திருந்தான். என்னைக் கண்டதும் அப்பன் எழுந்து வீதிக்கே வந்தான். எனக்குப் பயம் வந்தது. அழுகை வந்துவிடும்போல் இருந்தது. அம்மா என் தோள்பட்டையை விட்டுவிட்டாள்.

“வாடா... தார் ரோடு வரைக்கும் போயிட்டு வர ல்லாம்...”

அப்பன் வீதியில் இறங்கி நடந்தான். நான் எதுவும் பேசாமல் அம்மாவைப் பார்த்தேன். அம்மா முகத்தைத் திருப்பிக்கொண்டாள். வேறு வழியில்லை. நான் வெறுப்புணர்வுடன் அப்பனைப் பின்தொடர்ந்து நடந்தேன். சந்துகள் இருட்டாக இருந்தன. வழியில் கூனக் கிழவன் எதிர்ப்பட்டார். அவரும் எங்களோடு சேர்ந்து கொண்டார். மூவரும் ஒருவர் பின் ஒருவராக வீதியில் நடந்தோம். கூனக் கிழவன் அப்பனுடன் ஏதோ சப்தமாகப் பேசியபடியே வந்தார். நடவுக்குப் போன ஆட்கள் திரும்பி வந்துகொண்டிருந்தார்கள். அந்த ஆட்களின் கணுக்காலில் ராஜவாய்க்காலில் கால்முகம் கழுவிய ஈரம் இன்னும் உலராமலே இருந்தது.

தார்ச் சாலையை சமீபித்தோம். மின்சாரக் கம்பத்தில் ஆந்தைகள் அலறின. தார்ச்சாலை எங்கும் வெளிச்சமின்றி இருட்டிக் கிடந்தது. எதிர்ப்புறம் ராஜவாய்க்காலை ஒட்டிய பனைச்சாலில் பனம்பட்டைகள் காற்றுக்கு அசைவுறும் ஓசை அதிர்வாய் எழுந்தபடி இருந்தது. அப்பன் தார்ச் சாலை நடுவில் போய் நின்றுகொண்டான். தெற்கே பார்த்தபடி இருந்தான். கூனக் கிழவன் புகையிலைத் துண்டை முறித்துக் கடைவாயில் அடக்கினார். நான் நாட்டாங்கால்மீது ஏறி உட்கார்ந்து ஆகாயத்தைப் பார்த்தேன். முகில்கள் கலைந்துகொண்டிருந்தன. விண்மீன்கள் நெருக்கமாய் முளைத்துக்கொண்டிருந்தது அப்போது தார்ச் சாலையில் தெற்கேயிருந்து சைக்கிள் மணியோசை கேட்டது. கூனக் கிழவன் புகையிலை எச்சிலை எட்டித் துப்பிவிட்டு அப்பனிடம் பேசினார்.

“அநேகமா... நாச்சிமுத்துதா... வர்றானு நெனைக்கறேன்...”

“ஆமா.... பாரவண்டி கெளம்பிருக்கும்...”

அதற்குள் சைக்கிள் நெருங்கி வந்தது. அப்பனை ஒட்டி நின்றது. சைக்கிளிலிருந்து காலை ஊன்றி நின்றபடியே வந்தவன் பேசினான். அது நாச்சிமுத்துவின் குரல்தான்.

“அண்ணோய்... மூணு வண்டி வருது...

அதுல கடேசி வண்டிதா நமக்குத் தேரும்..."

கூனக் கிழவனும் அவர்களிடம் போனார். அப்பனும் நாச்சிமுத்துவும் பீடி பற்றவைத்துக்கொண்டார்கள். இருளில் யார் முகமும் தெரியவில்லை. எனக்கு இரு நெருப்புக் கங்குகள் மட்டும் தெரிந்தன. பீடி தீர்ந்து முடிந்தபின் நாச்சிமுத்து நாட்டாங்கால் ஓரம் சைக்கிளை உருட்டிவந்து நிறுத்தினான். நான் மிகுந்த பயத்துடன் உட்கார்ந்திருந்தேன். தொலைவில் பாரவண்டியின் பட்டா உருண்டு வரும் சப்தம் கேட்டது. தார்ச்சாலையும் தெற்கே அடர்ந்த இருளில் ஆள் அரவமற்றுக் கிடந்தது. இரவுப் பூச்சிகளின் ரீங்கரிப்பைத் தவிர வெளியெங்கும் படுநிசப்தமாகவே இருந்தது. கீகாற்றும்கூட மெல்ல வீசிற்று. லேசான குளிர்தான். பனி இன்னும் இறங்கவில்லை.

பாரவண்டி நெருங்கியது. சைக்கிளை ஒட்டி அப்பனும் கூனக்கிழவனும் வந்து ஒதுங்கி நின்றார்கள். வண்டி பாரத்தின் மேல் நான்கைந்து பேர் உட்கார்ந்து பேசிக்கொண்டே வந்தார்கள். வண்டியோட்டுபவன் தொப்பக்கட்டையில் கால்களைத் தொங்கப் போட்டு உட்கார்ந்திருந்தான். இரண்டும் மயிலை எருதுகள். வண்டி எங்களைக் கடக்கும்போது வண்டியோட்டுபவன் இடது எருதின் வாலை முறுக்கி விரைவுபடுத்தினான்.

முதல் வண்டி போன சற்று நேரத்தில் இரண்டாவது பாரவண்டியும் வந்து சேர்ந்தது. அந்த வண்டியில் முளைக்குச்சிக்குமேல் பாரம் இல்லை. பாரத்தின் மேலே ஆட்கள் நான்கைந்து பேர் உட்கார்ந்து இருப்பது போல்தான் பட்டது. நாச்சிமுத்து இன்னொரு பீடியைப் பற்றவைத்துக் கொண்டான். திடீரென நாய்களின் குரைப்பொலி ஊருக் குள்ளிருந்து கேட்டது. பழந்தின்னி வெளவால்கள் தலைக்கு மேலே பறந்து போயின.

அந்த வண்டியும் கடந்துபோன சப்தம் தோய்ந்தது. அப்பன் என்னிடம் வந்து நின்றான். கூனக் கிழவன் தெற்குத் திசையை உற்றுப் பார்த்துவிட்டுச் சொன்னார்.

"வண்டி வர்றதுக்கான ஒரு அறிகுறியும் இல்லையே..."

"நான் பாத்துட்டு தானே வந்தே.. இப்ப வந்துரும் பாரே..."

நேரம் கடந்து கொண்டிருந்தது. எல்லோராலும் இரவின் தனிமையைத் தவிர்க்க முடியவில்லை. நாச்சிமுத்து பீடியைத் தூர எறிந்தான். இருளில் தெற்கே சிறிது தூரம் போய்விட்டுத் திரும்பி வந்து மெதுவாகச் சொன்னான்.

"வண்டி வருது... பொலம்பாம இரு மாமோய்..."

கூனக் கிழவன் நகர்ந்து குளித்துறைத் தடத்தில் இறங்கினார். நஞ்சு மூட்டை கட்டிய ஆலமர விழுதுகள் இருளில் உறைந்து நின்று கிலி ஏற்படுத்திக் கொண்டிருந்தன. காற்றுக்கு இலைகள் உரசும் மெல்லிசான சப்தம் எழுந்தது. கூனக்கிழவன் அடிமரத்தடியில் போய்த் திரும்பி நின்றார். தார்ச்சாலையையே பார்த்தபடி இருந்தார்.

மூன்றாவதாக வரும் இந்த பாரவண்டியும் பட்டா வண்டிதான். தார்ச் சாலையிலும் கடகடத்து வரும் ஓசை நெருங்கியது. அப்பன் என்னைப் பார்த்துச் சொன்னான்.

"செரியாச் செய்யணும்... இல்லீனா ஒதை பின்னீருவேன்.. வாடா... எங்கிட்டே..."

நான் எழுந்து அப்பனிடம் சென்றேன். அப்பன் என்னை முழங்காலை ஒட்டி நிறுத்தி வைத்துக்கொண்டான். நான் ஊர் மீது கவிந்த வீதி விளக்கு வெளிச்சத்தையே நோக்கியவாறு நின்றேன்.

எருதுகளின் குளம்பொலியும் கழுத்து மணியோசையும் ஒரே தாளகதியில் அதிகமானபடியிருந்தன. லாடக் கால்கள் தார்ச் சாலையில் உராய்ந்து தீப்பொறி பறந்தன. வண்டியோட்டுபவன் எருதினை அதட்டும் குரல் சப்தமாகக் கேட்டது. அதனைத் தொடர்ந்து நுகத்தடியில் சாட்டையை வீசி எடுக்கும் சப்தமும் கேட்டது.

அப்பன் நாச்சிமுத்துவின் சைக்கிளைத் தார்ச் சாலை நடுவுக்கு உருட்டிப்போய் நிறுத்தினான். பின்பு சைக்கிளில் ஏறி வண்டிக்கு எதிரில் வருவது போலக் காலூன்றி நின்றான். என்னையும் கேரியரில் ஏறி உட்காரச் சொன்னான். நானும் ஏறி உட்கார்ந்தேன். மனசு திக்திக்கென அடித்துக்கொண்டது. மறுபடியும் நாய்கள் ஊருக்குள் குரைக்கத் துவங்கியிருந்தன. குளித்துறை ஆலமரத்தடியிலிருந்து கூனக்கிழவன் சப்தமிட்டார்.

"அடேய்... வண்டி வெரசலா வரும்போல இருக்கு... வேய்க்கானமா இருங்க..."

வண்டிக்கும் எங்களுக்குமான இடைவெளி மிகவும் குறைந்து விட்டது. மயிலை எருதுகள் தாவி வரும் காலடிகள் எனக்குத் துல்லிய மாகத் தெரிந்தன. அப்பன் சைக்கிளை மிதிக்க ஆரம்பித்தான். பட்டாக்களின் சப்தம் என் காது முழுவதும் நிறைந்து கேட்டது.

எதிரில் வழிமறித்து வரும் சைக்கிளைக் கண்டதும் வண்டி யோட்டுபவன் கயிற்றை இழுத்து எருதுகளின் வேகத்தை மட்டுப்படுத்த முயன்றான். மூக்காணிக்கட்டை எங்கள் அருகில் தெரிந்தது.

“அய்யோ... அம்மா...”

நான் அலறினேன். அப்பன் சைக்கிளை விட்டிறங்கி முன்னால் தாவினான். வலது எருதின் நுகத்தடியையும் தும்புக் கயிற்றையும் பற்றினான். சைக்கிளும் நானும் கீழே விழுந்தோம். சைக்கிள் கேரியருக்குக் கீழே ஒரு கால் மாட்டிக்கொண்டது. தொடையோடு போட்டு அழுத்தியது. வண்டி அசைந்து நின்றது. எருதுகள் நெடுமூச்செறிந்து இளைப்பாறின. நாச்சிமுத்து இடது எருதின் மூக்கணாங்கயிற்றைக் கெட்டியாகப் பிடித்திருந்தான். சைக்கிளடியில் சிக்கிக்கொண்ட காலை என்னால் சட்டென எடுக்க முடியவில்லை. தார்ச் சாலையில் சரிந்து விழுந்தவனால் எழுந்து உட்காரவும் முடிய வில்லை. வலி தாளாமல் ஈனஸ்வரத்தில் முனகினேன்.

குளித்துறை ஆலமரத்துத் தடத்திலிருந்து கூனக் கிழவன் குரல் கொடுத்தபடி ஓடி வந்தான்.

“என்னடா சத்தம்?”

உடனே நாச்சிமுத்து பதில் கொடுத்தான். “மாமோய்... வண்டி சைக்கிள் மேல மோதி சுப்பிரமணிப் பையன அடிச்சிருச்சு...”

“அடி பலமாப் பட்டிருக்கப் போவுது... மொதல்ல பையனப் பாருங்க... மளார்ன்னு ஆஸ்பத்திரிக்குக் கூட்டிட்டுப் போங்க... ஏதாச்சும் ஒன்னு ஆயிடப் போயிருது...”

கூனக் கிழவன் தார்ச் சாலைக்கு வந்து சேர்ந்தார். வண்டிக்காரனுக்கு இந்த நாடகம் புரிந்திருந்தது. பயத்தில் வண்டியைவிட்டு இறங்காமலே உட்கார்ந்து இருந்தான். நாச்சிமுத்து எருதின் மூக்கணாங்கயிற்றை விட்டுவிட்டு வண்டியின் பக்கவாட்டில் நகர்ந்து போனான். வண்டிக்காரனைக் கழுத்துத் துண்டோடு சேர்த்து எட்டிப் பிடித்தான்.

“அறிவிருக்காய்யா ஒனக்கு... கொழந்த அடிபட்டுச் சாவக்கெடக்கு... வண்டிலிருந்து எறங்காம ஜமீன் மாதிரி ஒக்காந்திருக்கே...”

வண்டிக்காரன் நாச்சிமுத்துவின் பிடியிலிருந்து திமிறிக்கொண்டு பேசினான்.

“மருவாதியா... வண்டிய வுடுங்க...”

“இல்லீனா என்னய்யா பண்ணுவே...”

உடனே கூனக் கிழவன் அருகில் போய்ப் பேசினார்.

“நாச்சி மொதல்ல கைய எடு... ஏதா இருந்தாலும் பேசித் தீர்த்துக்கலாம்....”

"என்ன மாமா பேசறது... சாவக்கெடக்கற கொழந்தைக்கு ஏதாச்சும் செய்யச் சொல்லுங்க..."

கூனக் கிழவன் ஒரு நிமிடம் யோசித்தார்.

"கவுண்டரே... கொழந்த ஆஸ்பத்திரிச் செலவுக்கு மட்டுமாவது கொஞ்சம் குடுத்துட்டு வண்டிய ஓட்டிக்கிட்டுப் போங்க... ஊருக்குள்ள போயிச் சொன்னா... பிரச்சின பெரிசாயிரும்..."

வண்டிக்காரனும் யோசிக்கத் துவங்கினான். எருதுகள் சாதுவாகி விட்டன. நீர் வார்த்துச் சாணி போட்டன. இடது எருது மட்டும் அசை வாங்கிற்று. மூத்திரத் துளி என்வரை தெறித்து விழுந்தது. பகல் வெயிலைக் குடித்த தார்ச் சாலை என் முதுகிலும் சூடு பரப்பியது. இன்னும் ஏனோ என்னை யாரும் தூக்கிவிடவில்லை.

சற்றுநேரத்துக்குப் பின்பு வண்டிக்காரன் கூனக்கிழவன் கையில் ஏதோ கொடுத்தான். நாச்சிமுத்துவும் அப்பனும் போதவில்லை எனத் திரும்பவும் தகராறு செய்தனர். கூனக் கிழவன் இருவரையும் சமாதானப்படுத்தினார். வண்டிக்காரன் மேலும் ஏதோ கொடுத்தான்.

அதன்பின்பு நாச்சிமுத்து வந்து சைக்கிளைத் தூக்கினான். அப்பன் என்னைத் தூக்கித் தோள்மீது கிடத்திக் கொண்டான். நான் மயங்கிச் சரிந்தவன் போலவே அப்பன் தோள்மீது சாய்ந்து படுத்துக்கொண்டேன். நிஜமாலுமே வலித்தது. கதறினேன். நாங்கள் நாட்டாங்கால் பக்கம் நகர்ந்தோம்.

வண்டி கிளம்பிற்று. அப்பன் என்னைக் கீழே இறக்கிவிட்டபடி சொன்னான்.

"ரொம்பச் சுலுவுல ஒத்துக்கிட்டான்... மசக் குடியானவனா இருப்பாம்போல..."

"ஆமாய்யா... ஏமாந்து காசு குடுத்தவ ஒனக்குக் கேணயனா...?"

மூவரும் சிரித்தார்கள். தார்ச் சாலை இருள் அடர்ந்து கிடந்தது. வண்டிப் பட்டாச் சத்தமும் வடக்குத் திசையில் மறைந்தது. நாச்சிமுத்து சைக்கிளை எங்கள் அருகில் உருட்டி வந்தான். கூனக் கிழவன் சொன்னார்.

"நாச்சி நீ பையன வுட்டுட்டு வா... நாங்க குளித்துறையில உக்காந்திருக்கோம்..."

அப்பனும் கூனக் கிழவனும் பேசியபடி குளித்துறை ஆலமரத்தை நோக்கி நடந்தார்கள். நான் சைக்கிள் கேரியரில் ஏறி உட்கார்ந்தேன்.

சைக்கிள் நகர்ந்தது. எனக்குப் பசி அதிகமாக இருந்தது. வீதியில் எதிர்ப்படுபவர்கள் யாருமில்லை. ஊர் அடங்கிவிட்டிருந்தது. பூனை ஒன்று தன் ஒளிரும் கண்களுடன் கடந்துபோயிற்று. வாசலிலேயே நாச்சிமுத்து என்னை இறக்கிவிட்டுவிட்டு சைக்கிளைத் திருப்பிக் கொண்டு போனான்.

வெளி மண்திண்ணையிலேயே அம்மா ஒருக்களித்துப் படுத்து உறங்கிப்போயிருந்தாள். செவலை நாயைக் காணவில்லை. நான் வாசற்படிமீது நின்று அம்மாவின் கால் கட்டை விரலைப் பிடித்து மெல்ல அசைத்தேன். அம்மா சடைவு முறித்தபடி எழுந்து உட்கார்ந்தாள்.

நான் குந்தி நின்று நாதங்கியை நீக்கிக் கதவைத் தள்ளினேன். பின்பு இருவரும் வீட்டினுள்ளே போனோம். கோட்டடுப்பின் மீது சிம்னி விளக்கு எரிந்துகொண்டிருந்தது. தண்ணீர்ப் பானையின் நிழல் சுவரில் படிந்து விஸ்வரூபமாய்த் தெரிந்தது. அம்மா வட்டிலில் சோளச் சோறு போட்டு, கருவாட்டுக் குழம்பை ஊற்றினாள். சோற்றைப் பிசைந்து வைக்கும்போது கேட்டாள்.

"உனக்கு ஒண்ணும் ஆகலையே சாமீ... அந்தச் சண்டாளன் உன்னையே வண்டிப் பட்டாச் சக்கரத்துக்குள்ள புடிச்சுத் தள்ளிவுட்டாலும் வுட்டுருவான்..."

நான் சாப்பிடாமல் அம்மாவைப் பார்த்தேன். அம்மா துளிர்த்த கண்ணீரை முந்தானையால் துடைத்துக்கொண்டாள். முதல் சாமம் கடந்த இரவில் நாரை ஒன்று வீறிட்டபடி ஊரைக் கடந்துபோயிற்று.

2

அந்த வருடத்தின் அறுவடைக் காலம் முடிந்திருந்தது. அன்று எனக்குப் பள்ளி விடுமுறை. நான் மண் திண்ணையில் அமர்ந்திருந்தேன். தனியாகப் புளியமுத்தை வைத்து 'சம்பா - ஓந்தி' விளையாண்டு கொண்டிருந்தேன். மாரிமுத்து வந்து கூப்பிட்டான். வயற்காட்டிற்கு வாத்துக்காரன் வந்திருப்பதாகவும் சொன்னான்.

இருவரும் கிளம்பினோம். இளமதியம் கடந்துகொண்டிருந்தது. வீதியில் சுவர்களின் நிழல்கள் ஒடுங்கிக்கொண்டிருந்தன. தார்ச் சாலையிலும் ஆட்கள் தென்படவில்லை. குளித்துறைத் தடத்தில் இறங்கினோம். ஆலமரத்தடியில் அப்பனும் நாச்சிமுத்துவும் உட்கார்ந்து பேசிக்கொண்டு இருந்தார்கள். அப்பன் எங்களைப் பார்த்தபோதும் எதுவும் சொல்லவில்லை.

ராஜவாய்க்கால் வறண்டு போயிருந்தது. மணலில் தடத்தை ஒட்டிப் பீயின் குத்தாரிகள் நாற்றத்துடன் கிடந்தன. கீகாற்று வீசத் தொடங்கியது. வாய்க்கால் மேட்டில் பனைகள் அசைவுற்றன. நாங்கள் மேடேறினோம். பனைச்சாலையை ஒட்டி வண்டித்தடம் போயிற்று. புழுதியடைந்த தடம். நடக்கும்போது புழுதி வெயிலோடு சேர்ந்து வெம்பி மேலெழும்பியது. இருபக்கமும் பூப்பூத்த உன்னிப் புதர்களில் வைக்கோல்கள் ஒட்டியிருந்தன. நாங்கள் நடந்தோம். கூனக் கிழவன் கள் போசியோடு எதிர்க்க வந்தார். குழிவிழுந்த கண்களை இடுக்கி எங்களைப் பார்த்தார். நாங்கள் விலகி ஓடினோம். சிறிது தூரம் சென்றதும் அந்தப் பாதை வயற்காட்டிற்கு இட்டுச் சென்றது. அறுப்புக் கட்டைகளை வடக்கத்திக் குடியானவர்களின் செம்புலியாடுகள் மேய்ந்துகொண்டிருந்தன. ஆட்டுக்கால்களிடையே கொக்குகள் பறப்பதும் உட்கார்வதுமாக இருந்தன. அடிவானில் வெண்முகில்கள் அசையாது நின்றன.

அம்மா கூடை, முறம் வைத்து ஈர்க்குமார் குச்சியால் சிதறல் நெல்லைக் கூட்டிக்கொண்டிருந்தாள். பொழுது உச்சிக்கு ஏறியிருந்தது. நாங்கள் வரப்பில் இறங்கி நடந்தோம். அம்மா சப்தமிட்டு என்னை மட்டும் கிட்டத்தில் கூப்பிட்டாள். நான் வயலுக்குள் இறங்கி ஓடினேன். வெறுங்காலில் அறுப்புக் கட்டைகள் குத்தின.

"வெயில்ல இங்க எதுக்கடா வந்தே. கண்ணு... போயி... நெழல்ல உக்காந்து வெளையாடுங்க..."

அம்மா திரும்பவும் வேலையில் மும்முரமானாள். நான் வரப்புக்கு வந்து மாரிமுத்துவோடு நடந்தேன். கிழக்கேயிருந்து சூறைக்காற்று படலம் படலமாகப் புழுதியையும் காய்ந்த வைக்கோல் சருகுகளையும் கிளப்பிக்கொண்டு எழும்பி வந்தது. அதில் முண்டு போட்டு இரு ஜோடி தசரதப் பட்டாம்பூச்சிகள் தடுமாறியபடி பறந்துபோயின. மாரிமுத்து கல்லை எடுத்து பட்டாம்பூச்சியை அடித்தான். குறி தப்பிப் போய்விட்டது.

சாய்பு வயல் பக்கம் போனோம். கவுரை ஒட்டி வாத்துக்காரனின் கிடை இருந்தது. வாத்துக்காரன் நல்லவனாக இருந்தான். நாங்கள் அன்று வெயில் தாழும்வரை வாத்துகளோடேயே இருந்தோம். நாங்கள் கிளம்பி வரும்போதும் அம்மா வயலில்தான் இருந்தாள். அன்று இரவு அம்மா இரண்டு வாத்துமுட்டைகள் கொண்டுவந்தாள். அப்பனுக்குத் தெரியாமல் எனக்கு மட்டும் வறுத்துக் கொடுத்தாள்.

பத்து நாட்கள் கழிந்திருந்தன. விடிகாலையிலேயே ஊர்க்காரர்கள் சாய்பு வயல் பக்கம் ஓடினார்கள். யாரோ வாத்துக்காரனின் கிடைக்குத் தீ வைத்துவிட்டதாகப் பேசிக்கொண்டார்கள். நானும் மாரிமுத்துவும் கூட்டத்தோடு சேர்ந்து ஓடினோம். மூன்று வாத்துக் கிடைகளும் கருகிச் சாம்பல் பூத்துக் கிடந்தன. வாத்துகள் வெந்து வெடித்துச் சிதறியிருந்தன. கூட்டத்தில் ஒருவன் சொன்னான்.

"கிடை மேல வைக்கப்புல்லப் போட்டுல்ல தீ வெச்சிருக்கான் சண்டாளப் பாவி..."

வாத்துக்காரனைக் காணவில்லை. போலீஸ் ஸ்டேஷனுக்குப் போயிருக்கக்கூடும் எனப் பேசிக் கொண்டார்கள். வரப்பில் திரும்பி வரும்போது மாரிமுத்து என்னிடம் சொன்னான்.

"வாத்துக் கிடைக்குத் தீ வெச்சது உங்கப்பந்தானாம்..."
"ஒனக்கு ஆரு சொன்னா?"
"எங்கம்மா"

என். ஸ்ரீராம்

நான் பதில் பேசாமல் மாரிமுத்துவையே பார்த்தேன்.

“வாத்துக்காரனுக்கும் உங்கம்மாவுக்கும் தொடுப்பு இருக்குதுன்னு தான் உங்கப்பன் இப்படிச் செஞ்சானாம்...”

நான் மாரிமுத்துவை எட்டி உதைத்தேன். மாரிமுத்து நிலை தடுமாறி வயக்காட்டுக்குள் போய் விழுந்தான். எழுந்து மண்ணாங்கட்டியை எடுத்து எறிந்தான். நான் வரப்பில் ஓட்டம்பிடித்தேன். மண்ணாங்கட்டி என் காலடியில் விழுந்து தெறித்தது. மாரிமுத்து கெட்ட வார்த்தையில் திட்டினான். ராஜவாய்க்கால் மேடேற வந்து திரும்பிப் பார்த்தேன். மாரிமுத்துவைக் காணவில்லை. பொழுது கிளம்பியிருந்தது.

பகலில் ஊருக்குள் போலீஸ் வந்தது. அப்பனை விசாரித்தபடி இருந்தது. எங்கள் வீடு பூட்டிக் கிடந்தது. அம்மாவைக் காணவில்லை. என்னைக் கண்டதும் நாய் மட்டும் வீதியிலிருந்து ஓடிவந்து வாலைக் குழைத்தது. நான் வெளித் திண்ணையிலேயே உட்கார்ந்துகொண்டேன். பசித்தது. எருமைகள் கட்டுத்தரையில் முளைக்குச்சியைச் சுற்றிக் கொண்டிருந்தன. கூனக் கிழவன் வந்து எருமைகளுக்கு வைக்கோல் போட்டார். பின்பு என்னையும் அவர் வீட்டுக்குக் கூட்டிப் போனார். அம்மா அங்கிருந்தாள். அரிசி சாதமும் தயிரும் பிசைந்த கவளத்தைக் கொண்டுவந்து கூனக் கிழவனின் பொண்டாட்டி எனக்குக் கொடுத்தாள் வயிறாரச் சாப்பிட்டேன்.

அந்தியில் உக்கிரம் மிகுந்து காணப்பட்டது. வானில் முகில்கள் எடுத்திருந்தன. இருட்டிய பின்பும் போலீஸ்காரர்கள் ஊருக்குள்தான் சுற்றிக்கொண்டிருந்தனர். அப்பன் எங்கு என எவருக்கும் தெரிய வில்லை. அம்மா ஏனோ நிலவடியில் உட்கார்ந்து அழுதுகொண்டே இருந்தாள். கூனக் கிழவன் பொண்டாட்டி அம்மா அருகில் உட்கார்ந்து தேற்றியபடி இருந்தாள். திடீரெனக் கார் மழை சடசடத்து இறங்கியது. வீதியில் கல்மாரியாய் விழுந்தது. சாமம் தாண்டியும் இடியும் மின்னலும் அடங்கவில்லை. வறத் தவளைகள் கத்தத் துவங்கின. எல்லோரும் உறங்காமலே விழித்திருந்தோம்.

கோழி கூப்பிட நான், அம்மா, கூனக் கிழவன் மூவரும் அங்கிருந்து கிளம்பினோம். குளிர் அடித்தது. வளவில் யாருமே தட்டுப்படவில்லை. ராஜவாய்க்கால் பனைகள் ஈரத்துடன் வெறித்து நின்றுகொண்டிருந்தன. வயற்காட்டு வழியே கூனக் கிழவன் கூட்டிப் போனார். வழித்தடம் முழுதும் சேறாகக் கிடந்தது. அமராவதி ஆற்றில் இறங்கினோம். முழங்கால் அளவு தண்ணீர் கலங்கலாய் ஓடியது. அயிர மீன்கள்

பாதத்தை அரித்தன. பாறையின் மீது சுழித்தோடும் நீரின் முறைச்சல் மெல்ல எழுந்தபடியிருந்தது. அக்கரையில் கோரைகள் மண்டிக் கிடந்தன. நாணல் புதருக்குள் நுழைந்து மேடேறினோம். தடத்தின் மேலேயே கட்டுவிரியன் இரை முழுங்கிவிட்டுப் படுத்திருந்தது. அரவம் கண்டு அது நகர்ந்து போனபின்பு நாங்கள் மேலே நடந்தோம்.

சற்றுநேரத்தில் கொளிஞ்சுவாடிப் பேருந்து நிறுத்தம் போய்ச் சேர்ந்தோம். அங்கு கொஞ்சம் தள்ளிப் புளிய மரத்தடியில் வாத்துக்காரன் காத்திருந்தான். கூனக்கிழவன் அம்மாவிடம் மெல்லப் பேசினார்.

"கொஞ்ச நேரத்துல கரூர் வண்டி வரும்... மகராசியாப் போயிட்டு வாம்மா..."

அம்மா மௌனமாகவே தலையசைத்தாள். கூனக்கிழவன் எங்களை விட்டுவிட்டு இருளில் திரும்பி நடந்து மறைந்து போனார். வாத்துக்காரன் அருகில் வந்து நின்று, தார்ச்சாலையை உற்றுப் பார்த்தான். வெறிச்சோடிக் கிடந்த அச்சாலையில் மழைத்துளிகள் விழ ஆரம்பித்தன. காற்று பலமாக வீசத் தொடங்கியது. நாங்கள் மூவரும் புளிய மரத்தடியில் போய் ஒன்டினோம். மழை வலுத்தது.

3

வாத்துக்காரனின் வீடு களிமண் சுவரில் பனை ஓலை வேய்ந்த கூரை கொண்டது. மிகவும் சிறியது. ஊருக்கு வெளியே புளியந்தோப்பை ஒட்டிய மண்பாதையோரம் இருந்தது. பெரும்பாலும் புளிய மரத்தினடியில் கல் அடுப்புகள் கூட்டித்தான் சமையல் எல்லாம் நடந்தன. புளியந்தோப்பைத் தாண்டித் தோட்டியர் வளவு தொடங்கியது. அது எப்போதும் பன்றிகள் உலவித் திரியும் இடமாக இருந்தது. என்னால் அந்த இடத்தின் அசூசையைத் தாங்க முடியவில்லை.

தவிரவும் வாத்துக்காரனுக்கு ஏற்கனவே இரண்டு பொண்டாட்டிகள் இருந்தனர். இருவருமே ராட்சசிகள். தினமும் அம்மாவைப் படாதபாடு படுத்தினார்கள். அந்த வீட்டில் ஏற்கனவே ஆறு குழந்தைகளுக்கு மேலிருந்தனர். அந்தக் குழந்தைகளும் என்னை மதித்துத் தங்களோடு சேர்த்துக்கொள்ளவில்லை. வாத்துக்காரனின் மூத்த சம்சாரத்தின் பையன் என்னைக் கண்டால் துரத்தி துரத்தி அடித்தான். அவன் என்னைவிடப் பெரிய பையனாக வேறு இருந்தான். ஒருமுறை கல்லை எறிந்து என் மண்டையைக்கூட உடைத்துவிட்டான். நெற்றியெல்லாம் இரத்தம் வடிய நான் போய் வாத்துக்காரனின் மூத்த சம்சாரத்திடம் முறையிட்டேன். அவள் என்னை ஏற இறங்கப் பார்த்தாள். அம்மாவையும் என்னையும் கெட்ட வார்த்தையில் திட்டிக் காறித் துப்பினாள். பின்பு இரக்கமே இல்லாமல் சொன்னாள்.

“போயீ... தலைய வாய்க்கால் தண்ணீல கழுவு... எல்லாஞ் செரியாப் போயிரும்...”

நான் அதே இடத்தில் நின்று அழுதுகொண்டு இருந்தேன். ரத்தம் கண்ணீரோடு கலந்து தாவாக்கொட்டையில் வழிந்தது. வலியும் உயிர் போவது போல இருந்தது. அவள் காயத்துக்கு மருந்திடவில்லை. வீட்டுக்குள் போய்விட்டாள். வெகுநேரத்துக்குப் பின்பு அவ்வழியே

வந்த வயதான தோட்டிச்சி ஒருத்தி என்னை மளிகைக் கடைப் பக்கம் அழைத்துப் போனாள். மஞ்சள் பொடி வாங்கிக் காயத்துக்கு வைத்து அழுத்திவிட்டாள்.

சாயங்காலம் கடந்தது. புளியந்தோப்பில் அணைவதற்காக வந்த காகங்கள் கரைந்துகொண்டிருந்தன. கொடிக்கால் வயலுக்கு வெற்றிலை பறிக்க வேலைக்குப் போய்விட்டு வந்த அம்மா என்னைப் பார்த்ததும் பதறிப்போனாள். அம்மாவால் வாத்துக்காரனின் மூத்த சம்சாரத்தை எதிர்த்து எதுவும் பண்ண முடியவில்லை.

அன்றிரவு வாத்துக்காரன் வந்தவுடன் அம்மா முறையிட்டாள். அப்போது வாத்துக்காரனின் மூத்த சம்சாரம் வந்து அம்மாவின் தலைமயிரைப் பற்றி வீட்டுக்கு வெளியே இழுத்துப் போட்டாள். மண்பாதையில் நிற்கவைத்துக் காலால் எட்டி உதைத்தாள்.

அம்மா தடுமாறிப் போனாள். நான் அச்சத்துடன் பார்த்துக் கொண்டிருந்தேன். பின்பு என்னை இழுத்துப் போய் மண்பாதையில் தள்ளிவிட்டாள். நான் புழுதியில் விழுந்து எழுந்தேன். வாத்துக்காரன் எதுவுமே பேசவில்லை. எல்லாவற்றையும் பார்த்தபடி நிசப்தமாக நின்றான்.

நானும் அம்மாவும் புளிய மரத்தினடியில் வந்து வேர்க்காலோரம் ஒன்றி அமர்ந்தோம். பட்டை உன்னிகளும் கட்டெறும்புகளும் ஊர்ந்து கொண்டிருந்தன. தோட்டியர் வளவுக்குள் நாய் குரைத்தது. வெளிறிய ஆகாசத்தில் நிலா இல்லை. அம்மா அழத் துவங்கினாள். சாமத்துக்குப் பின்னிட்டு எனக்குத் திடீரெனக் காய்ச்சல் கண்டுவிட்டது. உடம்பு அனலாகக் கொதித்தது. குளிர்க்காற்றைத் தாங்க முடியவில்லை. அம்மா முந்தானையால் என்னைப் போர்த்தி மடியில் படுக்க வைத்துத் தட்டிக் கொடுத்தாள். பற்கள் அடித்துக் கொண்டன. இரவெல்லாம் அணத்தியபடியே இருந்தேன். விடிகாலையிலும் அம்மா தேம்பித் தேம்பி அழுது கொண்டிருப்பதைப் பார்த்தேன்.

ஊருக்குள் கோழி கூப்பிட்டது. எனக்குக் காய்ச்சல் அதிகமான படியிருந்தது. வாந்தி வேறு. கண்கள் சொருகிக்கொண்டுவந்தது. அம்மாவிடம் கையில் காசேயில்லை. ஆஸ்பத்திரி போவதற்காக வாத்துக்காரனிடம் போய்ப் பணம் கேட்டாள். அவன் கொடுக்க மறுத்து விட்டான். பொழுது விடிவதற்கு இன்னும் கொஞ்ச நேரமிருந்தது. அம்மா என்னைத் தோளில் தூக்கிக் கொண்டு கிளம்பினாள். சோளிய வளவுகளைத் தாண்டி நடந்தாள். சீமையோட்டுக் கூரைமேல் புகை சூழ்ந்திருந்தது. ஒடுக்கமான வீதியினூடே குளிர்க்காற்று சீறியடித்துக் கொண்டு வந்தது. முன் திண்ணை வைத்துக் கட்டிய நிறைய

வீடுகளைக் கடந்து அம்மா போனாள். முத்தரையர் வளவுப் பெண்கள் இக்கத்தில் இடுக்கிய தண்ணீர்க் குடத்துடன் நடந்தபடியிருந்தனர். வாசல் தெளித்திருந்த ஒரு வீட்டின் முன்பு அம்மா நின்றாள். வெளித் திண்ணைத் தூணில் மண்கலயம் வைத்துத் தயிர் சிலுப்பிக் கொண்டிருந்த ஒரு பெண்மணி எங்களை ஏறிட்டாள்.

"பண்ணைக்காரரு இல்லீங்களா...?"

"காலங்காத்தால அவர எதுக்குப் பாக்கணும்...?"

"புள்ளைக்கு உடம்பு சொகமில்ல. கூலிப் பணம் கேக்கலாமுன்னு..."

அந்தப் பெண்மணி தயிர் சிலுப்பியபடி நடைக்கு உள்ளே பார்த்துக் குரல் கொடுத்தாள்.

"ஏங்க... உங்களப் பாக்க கொடிக்கால்ல வேல செய்யற பொம்பள வந்திருக்கா..."

வீட்டுக்குள்ளிருந்து வெறும் மேலோடு நாற்பது வயதில் ஒருத்தர் வெளியே வந்தார். அவருக்கு முன் பல் துருத்தியிருந்தது. மீசையும் கிருதாவும் பெரிதாக இருந்தன. அம்மா என் நிலையை எடுத்துச் சொன்னதும் அவர் மேற்கொண்டு எதுவும் கேட்கவில்லை. வீட்டுக்குள் போய்ப் பணம் எடுத்துக்கொண்டு வந்து கொடுத்தார்.

அம்மா என்னைச் சுமந்தபடியே அங்கிருந்து தொட்டியம் போனாள். என்னைத் தர்மாஸ்பத்திரியில் சிகிச்சைக்குச் சேர்த்தாள். அங்கு மூன்று நாட்கள் தங்கியிருந்து சிகிச்சை பெற்றேன். முதலில் காய்ச்சல் குறைந்தது. ஆனால் எதுவும் சாப்பிட முடியவில்லை. நாக்கு சுவையற்றுக் கசந்து போயிற்று. இளைத்துப் போய்விட்ட மாதிரி இருந்தது. விரைசலாக நடக்கக் கூடத் திராணியில்லை. அம்மாவிடம் கையில் இருந்த காசு எல்லாம் செலவாகிவிட்டது.

நானும் அம்மாவும் நடந்தே ஊருக்குத் திரும்பினோம். கொடிக்கால் வயலுக்குள் வெள்ளகத்தி மரங்களை உலுக்கி வந்து காற்று உற்சாகம் தந்தது. எங்கும் பச்சைக் கற்பூர வெற்றிலையின் வாசனை நிரம்பியிருந்தது. வயலில் பெண்கள் களையெடுத்துக் கொண்டிருந்தனர். கொக்குகள் கிழக்கு திசை பார்த்துப் பறந்து சென்று கொண்டிருந்தன. முத்தரையர்களின் வாழைத் தோப்பில் வாழைகள் ஈனும் பக்குவத்திலிருந்தன.

மஞ்சள் வெயில் அடித்து மதகின் அருகில் வரும்போது வாத்துக்காரன் எங்களைக் கூப்பிட்டான். அம்மா தடத்து மேலேயே நின்றுகொண்டாள். அப்போது வாத்துக்காரன் வாத்துக் கூட்டத்தைப் பட்டிக்குத் திருப்பிக்கொண்டிருந்தான். நான் நெருங்கிப் போனேன்.

நான்கைந்து வாத்து முட்டைகளைத் துண்டில் முடிந்து என்னிடம் நீட்டினான். நான் ஒன்றும் பேசவில்லை. வாங்கிக் கொண்டு திரும்பவும் தடத்திற்கே வந்தேன். அம்மாவும் ஏனோ வாத்துக்காரனிடம் ஒன்றும் பேசவில்லை. ஒரு தட்டான் மதகுத் தண்ணீரின் மேற்பரப்பைத் தொட்டு தொட்டு மேலெழுந்து பறந்த வண்ணம் இருந்தது.

நாங்கள் தோட்டியர் வளவை அடையும்போது பொழுது விழுந்துவிட்டது. தோட்டிச்சிகளில் சிலர் பன்றிகளுக்கு ஊறத்தாழியில் தவிடு கட்டிக் கொண்டிருந்தனர். கொட்டடங்களைச் சுற்றியே பன்றிகள் அலைந்தன. புளியந்தோப்பு இருள் கவிந்து கிடந்தது. வாதுகளில் அணையும் பறவைகள் முனகிக்கொண்டிருந்தன. அம்மா கல் அடுப்பில் வாத்து முட்டைகளை வேவிக்கத் துவங்கினாள். நான் கிட்டத்தில் உட்கார்ந்திருந்தேன். அடுப்பின் தணல் சூடு இதமாக இருந்தது. ஈயச்சட்டி காயும்போது வாத்துக்காரனின் மூத்த சம்சாரம் புளியமரத்தடிக்கு வந்தாள். அடுப்பைக் கொஞ்சநேரம் வெறித்துப் பார்த்துவிட்டு அம்மாவைக் கேட்டாள்.

“மொட்டு ஏதுடி?”

அம்மா பதில் பேசவில்லை.

“பட்டியில் இருந்துதானே திருடினே...?”

இதற்கும் அம்மா ஏதும் பேசவில்லை.

“என்னடி நாங்கேக்கற... எருமமேலே மழ பேஞ்ச மாதிரி உக்காந்திருக்கே....?”

அந்தச் சமயத்தில் வாத்துக்காரனின் இரண்டாவது சம்சாரமும் அங்கு வந்து சேர்ந்தாள்.

“என்னக்கா சத்தம்?”

“ம்ம்... வா... நீயே கேளு... மொட்டத் திருடிட்டு அவுங்க அப்பனூட்டுல இருந்து கொண்டுவந்த மாதிரி உக்காந்திருக்கா... தேவடியா முண்ட...”

“எல்லாம் இந்த வாத்துக்காரன் குடுக்கற செல்லம்.. சக்களத்தி ஆயிட்டால்ல...''

வாத்துக்காரனின் இரண்டாவது சம்சாரம் காலால் எட்டி அடுப்பு மேலிருக்கும் ஈயச்சட்டியை உதைத்தாள். கொதி நீரோடு சேர்ந்து வெந்து கொண்டிருக்கும் முட்டைகள் மண்ணில் விழுந்து சிதறின. நான் பயந்து விட்டேன். அம்மாவுக்கு அழுகையோடு கோபம் வந்தது.

"உங்க புருஷன் கலியாணமாகாதவன்னு சொல்லித்தான் எங்கள இங்க கூட்டிக்கிட்டு வந்தான்..."

"ஓகோ... அந்தச் சண்டாளன் இத வேற சொன்னானா வரட்டும்.. அவனக் கேக்கற..."

"வாத்துக்காரங்கிட்ட என்னக்கா கேக்கறது.. இந்த ஓடுகாலி முண்டே... கூதிக் கொழுப்பெடுத்து ஓடிவந்திருக்கா..."

வாத்துக்காரனின் இரண்டாவது சம்சாரம் சடாரென்று அம்மா முன்பு பாய்ந்தாள். அம்மாவைத் தாக்கத் துவங்கினாள். முதல் சம்சாரமும் சேர்ந்துகொண்டாள். நான் அழ ஆரம்பித்தேன். பதிலுக்கு அம்மாவும் எதிர்த்துப் போராடினாள். ஆனாலும் தாக்குப்பிடிக்க முடியாமல் புழுதியில் அம்மா விழுந்துவிட்டாள். சப்தம் கேட்டுத் தோட்டியர் வளவுப் பெண்கள் வந்து விலக்கிவிட்டனர். இருளில் கூட்டம் கூடிவிட்டது.

அன்றிரவு வாத்துக்காரன் வந்ததும் வீட்டில் பெரும் சண்டையாக உருவாகியது. புளிய மரத்தடியில் அமர்ந்து நானும் அம்மாவும் அங்கிருந்து வரும் வசவுகளைக் கேட்டபடியே இருந்தோம். நடுநிசி தாண்டிக்கொண்டிருந்தது.

"தூங்கும்போது... தலையில் கல்லத் தூக்கிப் போட்டாலும் போட்டுருவாளுக... இந்த முண்டைக ரெண்டு பேரும்..."

அம்மா இப்படிச் சொல்லிவிட்டுப் படுத்துக்கொண்டாள். எனக்கு வாத்துக்காரனின் முதல் சம்சாரம் கல்லுடன் இருளில் வருவதுபோலவே தோன்றியது. தூங்கக் கூடாது எனத் தீர்மானித்தேன். அம்மாவை ஒட்டி உட்கார்ந்து இருளில் மண்பாதையையே பார்த்தபடி இருந்தேன். எங்கும் சாம்பல் நிற இருட்டு. தொலைவில் நாய் குரைத்தது. காராட்டுப் பூனையின் கத்தல் கேட்டது. கோட்டான்களின் உறுமல்கள் ஒரு சேர எழுந்தன. வெளி கிலியை ஏற்படுத்தியது.

ஒரு நிலையில் எப்படியோ அசதி என்னையும் அறியாமல் உறங்கச் செய்துவிட்டது. முழிப்பு தட்டிப் பார்த்தபோது எங்கள் அருகில் வாத்துக்காரன் உட்கார்ந்து இருந்தான். அம்மாவிடம் குசுகுசுவென ஏதோ பேசிக் கொண்டிருந்தான். அம்மா தேம்பித் தேம்பி அழுதபடி இருந்தாள்.

"இனி நீங்க இங்க இருக்க முடியாது. இதுல கொஞ்சம் காசு இருக்கு... நீங்க எங்காச்சும் போயிப் பொழச்சுக்குங்க..."

திடீரெனக் குரல் உடைந்து வாத்துக்காரன் அழ ஆரம்பித்தான். எனக்கு ஒரு மாதிரி இருந்தது. முத்தரையர் வளவு சேந்து கிணற்றில் கப்பிகள் உருளும் ஓசை கேட்டது. வாத்துக்காரன் எழுந்து இருட்டில் வீட்டை நோக்கிப் போனான்.

அதன்பின்பு அம்மா இருட்டையே கூர்மையாகப் பார்த்தபடி இருந்தாள். நெடுநேரத்துக்குப் பின்பு எழுந்து சாமான்களை எல்லாம் ஒரே சாக்குப் பையில் போட்டுக் கட்டிவைத்தாள். நானும் எழுந்து உட்கார்ந்தபின்பு கேட்டேன்.

"எங்கம்மா... போறோம்...?"

"எங்காச்சும்..."

அம்மா ஒற்றை வார்த்தையில் பதில் சொல்லிவிட்டுத் திரும்பவும் வந்து புளியமரத்தில் சாய்ந்து உட்கார்ந்தாள். எனக்கு திக்பிரமை பிடித்தது போல இருந்தது. அப்போது இருள் பிரியாத கீழ்வானில் செந்நிறம் பரவிற்று. தோட்டியர் வளவுப் பக்கமிருந்து கரிக்குருவி ஒன்று கத்திற்று.

4

விடிகாலையில் குளிர்க்காற்று வீசிற்று. புளியந்தோப்பை உலுக்கிக் கடந்தது. அணைந்திருந்த குருவிகள் வெளிக் கிளம்பிக் கொண்டிருந்தன. சில மைனாக்களும் காகங்களும் மட்டும் வாதுகளின் உச்சியில் அமர்ந்து குரல் கொடுத்த வண்ணமிருந்தன. அம்மா இன்னும் யோசனையிலேயே இருந்தாள். ஊமை வெளிச்சம் மெல்ல விலகிக் கொண்டிருந்தது. அப்போது மண்பாதையில் ஏதோ கடகடத்த சப்தம் கேட்டது. நான் எழுந்து மண்பாதையைப் பார்த்தேன். ரோடு ரோலர் ஒன்று புளியந்தோப்பை நோக்கி வந்துகொண்டிருந்தது. அதனைப் பின்தொடர்ந்து இருபதுக்கும் மேற்பட்ட ஆட்கள் மூட்டை முடிச்சுகளைச் சுமந்துகொண்டு நடந்து வந்துகொண்டிருந்தார்கள்.

அம்மாவும் எழுந்து நின்றாள். ரோலர் எங்கள் அருகில் வந்து நின்றது. காக்கி யூனிபார்மில் இருந்த கறுத்த ரோலர் டிரைவர் இறங்கி பீடி பற்றவைத்தான். ஆட்கள் வந்தவுடன் கல் அடுப்பைக் கூட்டிச் சமையல் செய்ய ஆரம்பித்தனர். ஆட்கள் அனைவரும் தெலுங்கு பேசினார்கள். ஆந்திராவில் நெல்லூர் பக்கமிருந்து வந்திருப்பதாகச் சொன்னார்கள். நாங்கள் எங்கும் செல்லவில்லை. அம்மா சாக்குமூட்டையைப் பிரித்துக் கல் அடுப்பில் சமையலுக்கான வேலையைச் செய்தாள். ஏறு வெயில் பரவிக் கொண்டிருந்தது.

மறு தினத்திலிருந்து மகேந்திர மங்கலத்திலிருந்து தொட்டியம்வரை தார்ச் சாலை போடும் பணி துவங்கிற்று. இரவில் மட்டுமே வேலை நடைபெற்றது. அம்மா அந்த ஆட்களோடு இணைந்து கொண்டாள்.

அம்மா வேலைக்குப் போனபின்பு நான் தோட்டியர் வளவுப் பசங்களுடன் சேர்ந்து ஊர் சுற்றத் துவங்கினேன். முதலில் வெறும் விளையாட்டோடுதான் புளியந்தோப்புக்குத் திரும்பி வந்து கொண்டிருந்தேன். நாளடைவில் எங்கள் கூட்டத்தோடு தர்மாவும்

முத்துவும் வந்து சேர்ந்தார்கள். எங்களை எல்லாம்விட நான்கைந்து வயது மூத்தவர்கள் அவர்கள் இருவரும்.

ஒருநாள் அவர்கள் இருவரும் எங்களை இந்த ஊர்க் கொடிக்கால் வயல்களைத் தாண்டிக் கூட்டிப்போனார்கள். இருள் அடர்ந்த வரப்புகளில் நாங்களும் அவர்கள் பின்னே நடந்தோம். சாரைப் பாம்பு கண்கள் ஒளிர நெல் வயலுக்குள் தாவி ஓடிற்று. எனக்கு எங்கே போகிறோம் என்றே தெரியவில்லை. ராப்பூச்சிகளின் ஒலிமிகுந்த வயல்வெளி புதிர்த் தன்மையோடு நீண்டு கிடந்தது.

வெகுநேரம் நடந்தபின்னால் தென்னை மரத்தினடியில் தொண்டுப்பட்டி தென்பட்டது. கட்டுத்தரையில் எருமைகள் படுத்து அசைபோட்டுக் கொண்டிருந்தன. குத்தாரியாக இருந்த சிறிய வைக்கப்புல் போர் கிட்டத்தில் பசு மாடு கட்டிக் கிடந்தது. எங்களைக் கண்டதும் மாடு எழுந்து மிரட்சியாக வெறித்தது. மூத்திரம் பெய்து சாணி போட்டது.

தர்மா எங்களை எல்லாம் அங்கேயே நிற்கச் சொன்னான். முத்துவை மட்டும் கூட அழைத்துக் கொண்டு வைக்கப்புல் போரைக் கடந்து போனான். நாங்கள் அவர்கள் இருவரும் என்ன செய்கிறார்கள் எனப் பார்த்தபடியே இருந்தோம். மணற்கிளுவை வேலியோரம் பனை ஓலை சாய்ப்பும், முன் பகுதியில் சாணத்தால் மெழுகிய சிறிய களமும் இருட்டில் மங்கலாகத் தெரிந்தன. களத்தின் மையத்தில் தகரச் சால் மூடிக் கிடந்தது. தர்மாவும் முத்துவும் எட்டு மேல் எட்டு வைத்துச் சத்தமெழுப்பாமல் சாலை நெருங்கினார்கள். சோளியப் பண்ணக்காரர் எவரையும் காணவில்லை. நாயும் தட்டுப்படவில்லை. தர்மா சாலைத் திறந்து உள்ளே கையை விட்டான். கொர்ரென்ற சப்தம் வந்தது. சேவல் ஒன்றை மேலே தூக்கி முத்துவின் கையில் கொடுத்தான். முத்து சேவலைத் தலைகீழாக்கிப் பிடித்துக் கொண்டான். சேவல் இறக்கையைப் படபடத்துத் துள்ளியது.

தர்மா மேலும் இரண்டு சேவலைப் பிடித்து முத்துவிடம் கொடுத்தான். முத்து இன்னொரு கையில் அதனையும் தலைகீழாகத் தொங்கவிட்டுப் பிடித்துக்கொண்டான். தர்மா சாலை மூடிப் பழையபடி வைத்தான். முத்துவிடமிருந்து இரண்டு சேவலையும் வாங்கிக் கொண்டான். இருவரும் தொண்டுப் பட்டியைவிட்டு வெளியே வந்தார்கள். நாங்கள் திரும்பவும் வரப்புகளில் நடந்தோம். சேவல்கள் மெதுவாகச் சத்தம் எழுப்பியபடி வந்தன.

வாய்க்காலுக்குப் பக்கமாகப் போனோம். மதில்கள் சரிந்து கிடந்த பாழடைந்த கோவில் வந்தது. கருவறை எதிர்க்க ஊன்றிய வேல்மணியை வாடைக்காற்று விட்டுவிட்டு உலுக்கிக் கொண்டிருந்தது. தர்மா உள்ளே நுழைந்து பின்புறம் கூட்டிப் போனான். அடிமரம் பெருத்த அரசமரம் வானை மூடி நின்றது. இலைகள் உரச வாதுகள் அசைந்து கொண்டிருந்தன. உள் மண்டபங்களும் சிதிலமடைந்து கிடந்தன. எங்கும் உன்னிப் புதர்களும் சங்கம் புதர்களும் மூடிப் படர்ந்திருந்தன. அரசம்பழங்களுக்கு மலைப் பக்கிகள் சுற்றி அலைந்து கொண்டிருந்தன. நேரம் தெரியாத குயில் ஒன்று விடிந்ததாக நினைத்துக் கூவி அடங்கிற்று.

தர்மா தன்னிடமிருந்து இரண்டு சேவலையும் எங்களோடு வந்த இன்னொருவனிடம் கொடுத்தான். பின்பு முத்துவிடமிருந்த சேவலை வாங்கித் தலைகீழாய்ப் பிடித்தான். றெக்கை படபடத்த சேவல் கேவிற்று. தர்மா சேவலின் கழுத்தை முறுக்கித் திருகினான். சிறுகேவலுடன் சேவல் தலை தொங்கி அடங்கிப்போயிற்று. தர்மா சேவலைத் தூக்கித் தரையில் வீசினான். முத்துவையும் மற்றவர்களையும் சேவலின் பொங்கைப் பொசுக்கச் சொன்னான்.

அங்கிருந்து என்னை மட்டும் அழைத்துக் கொண்டு கருவறை மண்டபதுக்குள் நுழைந்தான். தோக்குருவிகள் சடசடத்துக் கிளம்பின. எச்சங்களின் வாசம் மூக்கில் ஏறியது. தர்மா தீக்குச்சியை உரசினான். வெளிச்சச் சுடரில் உக்கிரகாளியின் சிலை கருமைபடிந்து தெரிந்தது. பீடத்தின் மேல் எழுந்து நின்று எங்களையே வெறிப்பது போலவும் இருந்தது. சுவரோரம் ஈயப் பாத்திரம் கவிழ்த்து வைக்கப்பட்டிருந்தது. தீச்சுடர் மங்கி அணைய தர்மா குச்சியைக் கீழே வீசினான். திரும்பவும் ஒரு தீக்குச்சியை உரசினான். என்னைப் போய் ஈயப் பாத்திரத்தை எடுக்கச் சொன்னான். நான் முன்னே சென்று குனிந்து ஈயப் பாத்திரத்தை எடுத்துக் கொண்டேன். அவன் மேலும் ஒரு தீக்குச்சியை உரசிச் சிலைக்குப் பின்னே ஏதோ ஒன்றைத் தேடினான். நான் ஈயப் பாத்திரத்துடன் வெளியே வந்தேன்.

தர்மா ஒரு காகிதப் பொட்டலத்துடன் வெளியே வந்தான். என்னிடமிருந்து ஈயப் பாத்திரத்தை வாங்கிக்கொண்டு முத்துவின் முன்னால் சென்று வீசினான்.

"நா... வரும்போது கறி வெந்திருக்கணும்... காரம் அதிகமாப் போடு..."

முத்துவும் மற்றவர்களும் மௌனமாக இருந்தார்கள். தர்மா மற்ற இரு சேவல்களையும் வாங்கி, இரு கைகளிலும் தலைகீழாகத் தொங்கவிட்டுப் பிடித்துக் கொண்டான். என்னைத் துணைக்குப் கூப்பிட்டான்.

நான் எதுவும் பேசாமல் தர்மா பின்னால் நடந்தேன். வாய்க்காலை ஒட்டிய மேட்டில் ஒற்றைக்கால் தடம் போயிற்று. நடுச்சாம நேரத்தில் அவ்வழி அனாதியாகக் கிடந்து பயமுறுத்தியது. வாய்க்காலில் தண்ணீர் சலசலப்புடன் ஓடிக் கொண்டிருந்தது. இருவரும் தண்ணீரில் இறங்கி, கடந்து, அக்கரை போனோம். மறுபடியும் வயல் வரப்பில் ஏறி நடந்தோம். இருள் கவிந்த வரப்பில் காலடியில் புற்கள் மிதிபட்டன. சீமையோட்டு வீடுகள் நிறைந்த ஓர் ஊர் வந்தது. வீதியில் நாய்கள் வழிமறித்துக் குரைத்தன. தர்மா பயமில்லாமல் நடந்தான். ஆட்கள் எவரும் எதிர்ப்படவில்லை. ஊரின் மறுகோடிக்குப் போனோம். அங்கு ஒரு வீட்டின் முன்பு நின்றான். எறப்புடன்கூடிய வெளித்திண்ணையில் படுத்திருந்த ஒருவனை அவன் எழுப்பினான்.

அந்த ஆள் எழுந்ததும் வேட்டியை இறுக்கிக் கட்டினான். திண்ணையிலிருந்து இறங்கி வீதிக்கு வந்தான். தர்மாவிடமிருந்த சேவல் இரண்டையும் வாங்கிக்கொண்டான். பின்பு வீட்டின் நடையைப் பார்த்து ஒரு பெண்ணின் பெயரைச் சொல்லிக் கூப்பிட்டான். மேற்குத் திசையில் விண்மீன் அறுந்து விழுந்தது. வீதியில் காராட்டுப் பூனைகள் முகைந்தபடி ஓடின. கதவு திறந்தது. ஒரு பெண்மணி வெளிப்பட்டு வந்து தர்மாவிடம் பணத்தைக் கேட்டுத் திரும்பி நடந்தான். அந்த ஆளிடம் மேற்கொண்டு எதுவும் பேசவில்லை. என்னிடமும் பேசவில்லை. தலைவாசல் அத்திமர வாதுகளுக்குள் கோட்டான்கள் அலறி அடங்கின. வயலைக் கடக்கும்போது குளிர் அதிகமாயிற்று. நெற்கதிர்கள் இன்னும் முற்றவில்லை. வாய்க்கால் வந்தவுடன் தர்மா தண்ணீர் குடித்தான். கோவிலில் எங்களுக்காக முத்துவும் மற்றவர்களும் காத்திருந்தார்கள். கறி வறுத்து ஈயப் பாத்திரத்தில் தயாராக இருந்தது. பக்கத்தில் சேம இலைகள் பறித்து வைத்திருந்தனர். எல்லோரும் சேம இலையில் கறியை வாங்கி வட்டமாக உட்கார்ந்து சாப்பிட்டோம். தர்மா நடுவில் உட்கார்ந்து ஈயப் பாத்திரத்துடன் வைத்துக்கொண்டான். நேரம் போனதே தெரியவில்லை. கிழக்கு வெளுக்க ஊருக்குத் திரும்பி வந்தோம். எதுவும் தெரியாதது போலப் போய்ப் படுத்துக் கொண்டோம்.

மறுதினம் சோளியப் பண்ணக்காரரின் சேவல்களை நரிபிடித்துப் போனதாக ஊருக்குள் பேசிக்கொண்டார்கள். நான்கு தினங்கள் கடந்தன. தர்மாவும் முத்துவும் எங்களை முத்தரையர் வளவுக்குக் கூட்டிப் போனார்கள். சீமையோடு வேய்ந்த வீடுகளில் இருள் பதுங்கிக் கிடந்தது. கொடிக்காலுக்குள் நரிகள் ஊளையிடும் சப்தம் கேட்டது. அதனைத் தொடர்ந்து ஊருக்குள் நாய்கள் ஊளையிடத் துவங்கின. நாங்கள் ஒரு வீட்டின் பின்புறம் சென்றோம். பம்மிப் பம்மி முன்னேறினோம். சுவர்க் கோழிகளின் ரீங்கரிப்பு விடாமல் கேட்டபடியிருந்தது.

கொட்டிலில் வெள்ளாடுகள் படுத்திருந்தன. தர்மா நொச்சிக் கொடாப்பு அருகில் போனான். உள்ளே படுத்திருந்த வெள்ளாட்டுக் குட்டிகளில் ஒன்று எழுந்து காதுகளைப் படபடவென அடித்தது. நாங்களும் கொடாப்பை நெருங்கினோம். தர்மாதான் உயரமானவன். கொடாப்புக்குள் கையைவிட்டுத் துளாவினான். வெள்ளாட்டுக் குட்டி ஒன்றின் பின்னங்காலைப் பிடித்து மேலே தூக்கினான். அந்த வெள்ளாட்டுக் குட்டி ரொம்பவும் துடியானது. முன்னங்கால்களை உதறியபடி வீறிட்டுக் கத்தியது.

அந்த நேரம் எங்கிருந்தோ வந்த நாய்கள் வீதியில் நின்று குரைக்க ஆரம்பித்தன. கொட்டில் இருளுக்குள் இருந்து திடீரென ஓர் அசைவு தென்பட்டது. கையில் நீளக்கவையுடன் ஒருவன் ஓடிவந்தான். வீதியிலும் ஆட்கள் சத்தமிட்டபடி ஓடி வரும் அரவம் கேட்டது. நாங்கள் நடுநடுங்கிப் போய்விட்டோம்.

தர்மா வெள்ளாட்டுக் குட்டியைத் தூக்கித் தோளில் போட்டான். வீதியில் இறங்கி ஓடினான். என்னோடு வந்தவர்கள் தர்மா பின்னால் ஓடினார்கள். இருளில் நானும் முத்துவும் அப்படியே நின்று கொண்டிருந்தோம். கொட்டிலிலிருந்து எழுந்து வந்தவன் தர்மாவைப் பின்தொடர்ந்து துரத்திக்கொண்டு ஓடினான். ஊரில் நாலாதிக்கிலும் விசில் சப்தங்கள் பறந்தன. யாரோ அபாயத் தொனியில் கூக்குரலிட்டார்கள். தொடர்ந்து ஏதேதோ சப்தங்களும் குரல்களும் கேட்டன. நாய்கள் தொடர்ந்து குரைத்தன. ஆட்களும் ஆங்காங்கே சப்தமிட்டார்கள்.

நான் இன்னும் பயத்திலிருந்து விடுபடவில்லை. ஊருக்குள்ளிருந்து தப்பித்து வெளியே போக முடியாது என்றே தோன்றியது. முத்து என்னைக் கொட்டிலுக்குப் பின்புறம் அழைத்துப் போனான். அங்கிருந்த வைக்கோல் போருக்குள் எதுவோ சரசரத்தது. நாங்கள்

சுற்றும் முற்றும் பார்த்தோம். வைக்கோல் போருக்கு அந்தப்புறம் ஒரு சிறிய கல்கட்டு தெரிந்தது. இருவரும் சப்தம் எழுப்பாமல் கல்கட்டின் மீதேறி மறுபுறம் தாண்டினோம். இன்னொரு முத்தரையரின் மாட்டுத் தொழுவம் அது. ஏற்கனவே கட்டுத்தரையில் எழுந்து நின்ற மாடுகள் சங்குக் கண்களில் மிரட்சியாகப் பார்த்தன. நாய்களும் ஆட்களும் தட்டுப்படவில்லை. சாணிக் குழியைத் தாண்டி நடந்தோம். என் வலதுகாலில் மொளக்குச்சி தட்டிற்று. பெருவிரல் நகம் பெயர்ந்திருக்க வேண்டும். வலி உயிர் போயிற்று. குனிந்து தொட்டுப் பார்த்தேன். விரலில் ரத்தம் பிசுபிசுத்தது. முத்து என் கையைப் பிடித்து இழுத்துக் கொண்டு ஓடினான். இருளில் வழி எதுவும் புலப்படவில்லை. புற்களும் குறுஞ்செடிகளும் கால்களில் மிதிபட்டன. நாயுருவி விதைகள் கணுக்காலெங்கும் குத்திக்கொண்டன.

ஊர் முடிவுற்றது. வாழைத் தோப்பு வந்துவிட்டது. நிலம் ஈரமாகக் கிடந்தது. கால்களில் சேறு அப்பியது. இருளும் அடர்ந்திருந்தது. வாழைத் தோகைகள் தலையைத் தட்டின. வாடைக்காற்று வாழை மரங்களுக்குள் ஊடுருவி முறைச்சல் ஏற்படுத்தியது. மின்மினிப் பூச்சிகள் பறந்தன. சாவுக் கோழி தோப்புக்குள் எங்கோ சத்தமெழுப்பியது. நாயுருவி விதைகளைச் சொரண்டி மூன்றாம் சாமம் தாண்டிவிட்டது. ஆள்காட்டிகள் மேலே கத்திப் போயின. ஈரம் படராத வரப்பு எதுவும் வரவில்லை. ஓரிடத்தில் கட்டாந்தரை இருந்தது. நாங்கள் அப்படியே அதில் உட்கார்ந்து கொண்டோம். எதுவும் பேசிக்கொள்ளவில்லை. பயத்தில் எனக்கு நடுக்கமெடுத்தது. முத்து யாராவது தேடி வருகிறார்களா என்று வெளிச் சத்தங்களை உற்றுக் கேட்டபடி இருந்தான். ஊருக்குள் நாய்கள் குரைக்கும் ஒலி மட்டும் இன்னும் விட்டுவிட்டுக் கேட்டுக் கொண்டிருந்தது. எனக்கு அடிபட்ட வலது கால் பெருவிரல் வலிக்கத் துவங்கிற்று. நான் இருட்டையே வெறித்தபடி இருந்தேன்.

விடிந்த பின்னும் நாங்கள் வெளியில் எங்கும் செல்லவில்லை. ஊருக்குள் செல்லவும் பயமாக இருந்தது. தர்மாவும் மற்றவர்களும் என்ன ஆனார்கள் என்றே தெரியவில்லை. தண்ணீர் கட்டி முடித்திருந்ததால் வாழைத் தோப்புப் பக்கம் ஆட்கள் எவரும் வரவில்லை. காற்று ஈர நிலம் நெகிழ்ந்த வாசத்தைச் சுமந்துகொண்டு வந்தது. எங்களுக்குப் பசியும் தாகமும் ஒருசேர எடுத்தன. முத்து வாழை மட்டையைக் கம்பால் குத்தித் தண்ணீர் குடித்தான். நானும் அப்படியே செய்தேன். ஆனாலும் தாகம் மட்டுந்தான் அடங்கியது.

மதியம் ஆயிற்று. முத்து மட்டும் ஊருக்குள் போய் விசாரித்துவிட்டு வருவதாகக் கிளம்பிச் சென்றான். நிழல் கட்டிய வாழைத் தோப்புக் குள்ளிருந்து செம்பூத்தின் குரல் கேட்டது. ஈர நிலமெங்கும் செவ் வெறும்புக் குழிகள் இருந்தன.

நான் குழியோரம் அலையும் எறும்புகளையே பார்த்தபடி இருந்தேன். உட்கார்ந்திருக்கப் பயமாகவும் இருந்தது. இருட்டுவதற்குச் சற்று முன்பு முத்து வந்து சேர்ந்தான்.

"நம்ம ஆளுக எல்லோரும் மாட்டிக்கிட்டாங்க.. மொதல்ல மரத்துல கட்டிவச்சு ஒதைச்சாங்களாம்.. தர்மா வாயே தெறக்கலையாம்... அப்புறம் வடக்கயித்துல காலக்கட்டிச் சேந்து கெணத்துல தலகீழாத் தொங்கவிட்டுச் சேந்தங்காட்டி அவெ எல்லா உம்மையும் சொல்லிட்டானாம்... நம்மளையும் ஊருக்குள்ள தேடறாங்க... போய் மாட்டிக்கிட்டோம், வெட்டிப் பொதைச்சுருவாங்க... இப்ப உங்கம்மாளப் புடுச்சு வெசாரிச்சுக்கிட்டு இருக்காங்க...''

நான் அழுதே விட்டேன். முத்து அழவில்லை. கொஞ்சம் தைரியமாக இருந்தான். வெளிச்சம் மங்கியது. இருவரும் எழுந்து நடந்தோம். எனக்கு அம்மாவின் ஞாபகமாகவே இருந்தது. வாழைத்தோப்பின் இன்னொரு முனை மதகுப்பக்கம் போய் முடிந்தது. மதகில் தண்ணீர் இல்லை. மதகின் சிமெண்ட் திண்டில் சிறிதுநேரம் உட்கார்ந்தோம். முன்னிருட்டு கவிழ்ந்து விட்டது. சாம்பல் நிறப் பின்புலத்தில் வீதி விளக்குகள் அங்கொன்றும் இங்கொன்றுமாகத் தெரியத் துவங்கின. முத்து திடீரெனக் கேட்டான்.

"நா... கொடுமுடி போறேன்... அங்க எங்க அப்பத்தா இருக்கு... நீ எங்க போகப் போறே...?"

எனக்கு எங்கும் போகத் தெரியாது. திரும்பவும் அழுகைதான் வந்தது.

"நா... வேண்ணா கொடுமுடி வரைக்கும் ஒன்னக் கூட்டிப் போறேன். அங்கிருந்து நீ எங்காச்சும் ஓடிரு... ஆனா ஊருக்கு மட்டும் திரும்பி வந்துராதே... உன்னச் சுருக்குட்டுத் தூக்கிருவாங்க..."

இருவரும் எழுந்து மதகின் கரையில் நடந்தோம். வெந்நிறமாகப் பூத்திருந்த நாணல் பூக்களைக் காற்று அசைத்தபடி இருந்தது. எங்களின் காலடி அரவம் கேட்டதும் இராப்பூச்சிகளின் சத்தம் ஒரு கணம் அடங்கி மீண்டது. தொட்டியம் போய்ச் சேர்ந்தோம். முத்து கையில் கொஞ்சம் காசு வைத்திருந்தான். எனக்கு இட்லி வாங்கிக் கொடுத்தான்.

புறப்பட்டுக்கொண்டிருந்த பேருந்து ஒன்றில் ஓடிப்போய் ஏறினோம். இன்னொரு ஊரில் இறங்கினோம். அங்கிருந்து கொடுமுடிக்குப் பேருந்து பிடித்தோம். முத்து எல்லாம் பழக்கப்பட்டவன் போலவே செய்தான்.

நாங்கள் கொடுமுடி போய்ச் சேர்ந்தபோது நடுச்சாமம் ஆயிற்று. பேருந்து நிலையத்தில்கூட ஆட்கள் குறைந்திருந்தார்கள். சீமைப் பசு மாடுகள் அலைந்து கொண்டிருந்தன. இரண்டு போலீஸ்காரர்கள் சைக்கிளில் நின்று பேசியபடி இருந்தார்கள். முத்து என் காதருகில் வந்து குசுகுசுவெனச் சொன்னான்.

"இங்க நின்னமின்னா... நம்மளைப் போலீஸ்காரங்க புடுச்சுக்கிட்டுப் போயிருவாங்க... வா... ஆத்துக்கால் பக்கம் போயிருவோம்..."

முத்து என்னைக் காவிரிக் கரைக்குக் கூட்டிப் போனான். படித்துறையில் படுத்துக்கொண்டோம். தைப்பூசக் காவடிக்காரர்களின் கூட்டம் எங்கும் ஒரே இரைச்சலாக இருந்தது. எனக்குள்ளிருந்த பயம் போய்விட்டது. தண்ணீரின் விறுவிறுப்பையும் கடும் குளிரையும் மீறி எனக்கு உறக்கம் கண்ணைச் சொருகியது. ஆற்றின் சலசலப்பும் சனங்களின் அரவமும் கேட்டபடியிருந்தது. தொலைவில் ரயிலின் ஓசை கேட்டது. நான் விழித்துப் பார்த்தபோது சூரியன் அக்கரையில் மேலெழுந்துகொண்டிருந்தான். அதன் பிம்பம் நட்டாற்றில் பிரதிபலித்தது. அருகில் படுத்திருந்த முத்துவைக் காணவில்லை. கீழே ஆற்றில் காவடிக்காரர்கள் குளித்துக்கொண்டிருந்தார்கள். எங்கும் கொட்டு முழக்குச் சத்தம் ஓங்கிக் கேட்டது. மேலே போய்த் தேடிப் பார்த்தேன். முத்து தட்டுப்படவேயில்லை. விட்டுவிட்டுப் போய்விட்டான். என்னைத் திரும்பவும் பயம் சூழ்ந்தது. என்னிடம் கையில் காசே இல்லை. எங்கு போவது என்பதும் கேள்விக் குறியாக இருந்தது.

கோவில் தடத்தில் அப்போதுதான் கடைகள் திறந்துகொண்டிருந்தனர். வாய்க்காலில் பெண்கள் துணி துவைத்துக்கொண்டிருந்தனர். மகுடேஸ்வரன் கிழக்கு கோபுரத்தின் முன்பு காவடி ஆட்டம் நடைபெற்றுக்கொண்டிருந்தது. சிறிது நேரம் அங்கு நின்று வேடிக்கை பார்த்தேன். என்னைப் பசியோடு சேர்ந்து சோர்வு சூழ்ந்தது.

நான் ரயில்வே தண்டவாளம்வரை நடந்துவந்தேன். காலைக் குளிர் இன்னும் விலகவில்லை. மெதுவாகக் கடந்துகொண்டிருந்த ரயில் ஒன்று வேகம் குறைந்து நின்றது. பாதையில் வந்தவர்கள் எல்லாம்

தண்டவாளத்தைக் கடக்க முடியாமல் தேங்கி நின்றார்கள். நானும் அவர்களோடு நின்று ரயிலைப் பார்த்தேன். பெட்டிகளின் அடியில் தண்ணீர் ஒழுகிக் கொண்டிருந்தது. சிறிது நேரம் கழித்தும் ரயில் புறப்படவில்லை. ஒருகணம்தான் யோசித்தேன். நான் ரயிலில் ஏறிக் கொண்டேன். அந்தப் பெட்டியில் கூட்டமே இல்லை. ஒரு சிலர் மட்டும் அமர்ந்திருந்தார்கள். நான் காலியான இருக்கையில் ஜன்னலோரம் அமர்ந்தேன். வெளியே பார்த்தேன். மாட்டு வண்டி ஒன்று சில சைக்கிள்காரார்கள், வேட்டி கட்டிய ஆட்கள் எனத் தண்டவாளத்தைக் கடக்கப் பாதையில் நிற்கும் கூட்டம் அதிகமானபடியிருந்தது. சத்தம் எழுப்பிக் கொண்டே ரயில் கிளம்பியது. வரிசையாக வீடுகள் கடந்தன. எனக்கு ஏனோ சதா அம்மாவின் முகம் மனக்கண்முன் வந்து போனபடியிருந்தது.

5

என்னுடைய வாழ்க்கை எப்படியோ திசைமாறிப் போய்விட்டது. திருநங்கைகளுடன் மும்பை சென்று மூன்று வருடங்கள் வசித்தேன். அங்கிருந்து பாகல்கோட் வந்தேன். ஒரு போலிச் சாமியாருடன் சேர்ந்து சூரணமும், ஆண்மை விருத்தி லேகியமும் தயாரித்தேன். அந்தச் சாமியார் கைதானபோது, தப்பித்து ஆந்திராவுக்கு ஓடிப்போனேன். அங்கு நெல்லூர் பக்கம் சென்று தார்ச் சாலை போடும் கூட்டத்தைத் தேடிக் கண்டுபிடிக்க முயன்றேன். அம்மா அந்தக் கூட்டத்தோடு இருப்பாள் என்னும் நம்பிக்கை எனக்கு இருந்தது. ஆனாலும் அம்மாவை நான் கண்டுபிடிக்க முடியாமலே போய்விட்டது.

அதன்பின்பு நான் எங்கெல்லாமோ சுற்றி அலைந்து திரிந்து விட்டேன். ஓரிடத்திலும் நிலையாகவும் நிம்மதியாகவும் என்னால் இருக்க முடியவில்லை. காலச் சக்கரத்தில் பத்து வருடங்கள் கடந்து போயிருந்தன. விதியின் விளையாட்டு தொடர்ந்தபடியிருந்தது. தற்சமயம் சென்னை வந்து திருமங்கலம் சிக்னல் பக்கம் ஒரு பெட்ரோல் பங்கில் வேலைக்குச் சேர்ந்தேன். அங்கு யதேச்சையாக ஒரு ஆட்டோ டிரைவரைச் சந்தித்தேன். முதலில் அந்த ஆளை எங்கோ பார்த்ததுபோல இருந்தது. அட்டைக் கருப்பு, முகத்தில் அம்மை வடுக்கள். நரைத்த தலை. ஞாபகத்தில் வரவேயில்லை. எங்கு பார்த்திருப்பேன் என்றும் குழப்பமாக இருந்தது.

அந்த ஆள் ஆட்டோவிலிருந்து இறங்கி, ஆட்டோவை நகர்த்திக் கொடுத்தார். நான் பின் சக்கரத்தில் மௌத்தைப் பொருத்திக் காற்று நிரப்பினேன். வேலையினூடேயும் நான் அந்த ஆளையே பார்த்துக் கொண்டு இருந்தேன். முன்சக்கரத்துக்கும் காற்றைச் சரி பார்த்தேன். ஐம்பது பைசா சில்லறையை எடுத்து அந்த ஆள் என் கையில் திணித்தார். அப்போது அந்த ஆளின் வலது மணிக்கட்டில்

தீத்தழும்புகள் இருப்பதைக் கண்டேன். அந்தச் சமயத்தில் மனத்துக்குள் ஒரு சிறு பொறி தட்டியது. எனினும் சந்தேகமாகவே கேட்டேன்.

"நீங்க இதுக்கு முன்னால ரோலர் ஓட்டிக்கினு இருந்தீங்களா...?"

"ஆமா... ஒனக்கு எப்பிடித் தெரியும்..."

நான் சின்ன வயசில் பார்த்ததை ஞாபகப்படுத்திச் சொன்னேன். அந்த ஆளும் என்னைப் பற்றி எல்லா விவரமும் தெரிந்து கொண்டார். இரண்டு தினங்கள் கடந்தன. அன்று மதியத்தில் வந்து அந்த ஆள் என்னை அவருடைய வீட்டுக்குக் கூப்பிட்டார். நான் தயங்கினேன். அந்த ஆளே பெட்ரோல்பங்கில் சொல்லி பர்மிஷனும் வாங்கித் தந்தார்.

நானும் அந்த ஆளும் அவருடைய ஆட்டோவிலேயே கிளம்பினோம். தார்ச் சாலையில் உக்கிரம் நேராக இறங்கித் தகித்தது. கடந்து கொண்டிருந்த வாகனங்களிலும் அதன் வெம்மையை உணரமுடிந்தது. தூங்குமூஞ்சி மரங்கள் வெயிலில் உறைந்து நின்றன. ஆட்டோ ராயபுரத்துக்குள் நுழைந்து ஒரு முட்டுச் சந்துக்குள் போய் நின்றது.

ஆட்டோவை அங்கேயே நிறுத்திவிட்டு இருவரும் இறங்கி நடந்தோம். மிகவும் கசகசப்பான தெரு. குடிசைகளின் முன்பு கருவாடு காய்ந்து கொண்டிருந்தது. ஒரு குழந்தை அம்மணமாக நின்றது. எங்கும் சாக்கடை உடைந்து ஓடிற்று. தெருவின் நடுவிலேயே வாளியில் தண்ணீர் வைத்து ஒருவன் குளித்துக் கொண்டிருந்தான். சோப்பு நீர் எங்கள் மேலும் தெறித்தது.

தெரு முடிவில் மீனவர் அரசுக் குடியிருப்புகள் வந்தன. அதில் ஒன்றில் நுழைந்தோம். மாடிப்படிகூட அழுக்கு படிந்து கிடந்தது. யாரோ கைப்பிடிச் சுவரில் சேலையையும் கைலியையும் துவைத்துக் காயப்போட்டிருந்தனர். மூன்றாவது தளத்தில் ஒரு வீட்டுக்குள் கூட்டிப் போனார். நடுவீட்டில் வெறும் தரையில் படுத்திருந்த கருத்த பெண்மணி எழுந்து அமர்ந்து என்னையே உற்றுப் பார்த்தாள். எனக்கு அதிர்ச்சியாக இருந்தது.

"அம்மா..."

அம்மா அப்படியே முந்தானையால் வாயைப் பொத்திக் கேவிக்கேவி அழத் துவங்கினாள். எனக்கும் அந்தச் சூழலை எப்படி எதிர்கொள்வது எனத் தெரியவில்லை. அந்த ஆள் அம்மாவின் அருகில் போய் மண்டியிட்டு அமர்ந்து ஏதோ சொல்லிக்கொண்டிருந்தார். நான் ஜன்னலுக்கு வெளியே பார்த்தபடி இருந்தேன். கடல் தெரிந்தது.

மணலில் கட்டு மரங்களும் காயப்போட்டிருந்த வலைகளும் தெரிந்தன. கருவாட்டுப் பெண்கள் இக்கத்தில் ஈயப் போவுணியை இடுக்கியபடி சுடுமணலில் நடந்துபோய்க்கொண்டிருந்தார்கள். உப்புக் காற்று குளுமையாய் உள்ளே வந்தது. நாய்களும் அலைந்து கொண்டிருந்தன.

வெகுநேரம் கழித்து அம்மா எழுந்து சமையல் கட்டுக்குள் நுழைந்தாள். இரு வட்டிலுடன் வெளியே வந்தாள். நானும் அந்த ஆளும் சாப்பிட உட்கார்ந்தோம். வஞ்சிர மீன் குழம்புடன் அரிசி சாதம். மணமுடன் இருந்தது. அம்மா மௌனமாகவே இருந்தாள். எனக்கும் சாப்பிட்டு முடித்த பின்னும் எதுவும் பேசத் தோன்றவில்லை. நேரம் போயிற்று.

பின்மதியத்தில் புழுக்கம் குறைந்து வந்தது. ஜன்னல் வழியே காற்று வேகமெடுத்து உள் நுழைந்தது. மணல் வெளியில் காகங்கள் கூட்டங்கூட்டமாய் உட்கார்ந்து கரைந்தன. அப்போது கதவைக் காலால் அகலத் திறந்து ஒரு சிறுவன் வீட்டுக்குள் வந்தான். வெள்ளைச் சட்டையும் அடர்நீல வண்ண டிராயரும் அணிந்திருந்தான். என்னை மேலும் கீழும் பார்த்துக்கொண்டே காலணிகளைக் கழற்றினான். அவனுக்கு எட்டு வயது இருக்கும். புத்தகப் பையைச் சுவரோரம் பீரோவை ஒட்டி வைத்துவிட்டு அம்மாவிடம் போய் உட்கார்ந்தான். அம்மா என்னைச் சுட்டிக்காட்டிக் கூறினாள்.

"நம்ம... அண்ணன்டா... காணாமல் போயிட்டான்னு சொல்வோம்ல..."

அவன் சிரித்தான். நானும் சிரித்தேன். அவன் அந்த ஆள் போலவே சாயலில் இருந்தான். நிறமும்கூட அப்படித்தான். அந்த ஆள் எழுந்தார். நானும் எழுந்து அம்மாவைப் பார்த்தேன். அம்மா ஒன்றும் பேசவில்லை. கண்களில் கண்ணீர் சுரந்தது. நானும் அந்த ஆளும் வெளியே வந்து படிக்கட்டில் இறங்கி நடந்தோம். பனிக்கட்டியைச் சுமந்தபடி ஒருவன் மேலேறி வந்தான். தெரு வந்ததும் அந்த ஆள் சிகரெட் பற்ற வைத்துக்கொண்டார். வெயில் தாழ்ந்திருந்தது. பள்ளிக் குழந்தைகள் புத்தகச் சுமையுடன் எதிரில் வந்தன. நாய் ஒன்று அருகில் வந்து என் காலை முகர்ந்து பார்த்துப் பின் நகர்ந்தது. அந்த ஆள் ஆட்டோவில் ஏறி உட்கார்ந்தார். நான் ஏறிக்கொண்டதும் ஆட்டோ கிளம்பியது. சாலையில் சாயங்காலத்தின் பரபரப்பு தொற்றியிருந்தது. உப்புக் காற்றில் இன்னும் லேசான உஷ்ணம் இருந்தது.

என். ஸ்ரீராம்

6

காலம் வேகமாக ஓடிக்கொண்டிருந்தது. நான் அம்மாவுடன் வந்து தங்கி இரண்டு வருடங்கள் கடந்துவிட்டன. எங்கள் தெரு அருகிலேயே ஆட்டோ ஒர்க் ஷாப் ஒன்றுக்கு வேலைக்குப் போய் வந்து கொண்டிருந்தேன். அந்த ஒர்க் ஷாப் சென்னாவுடையது. சென்னா என்றால் நீங்கள் நாற்பது வயதில் ஒருவனைக் கற்பனை செய்ய வேண்டியதில்லை. அவனுக்கும் என் வயதுதான். ஆனால் சென்னா நகரத்தில் எல்லா நிழல் காரியங்களிலும் தலைப்பட்டுக் கொண்டிருந்தான். கூலிப்படை ஆட்களும் வைத்திருந்தான். விதவிதமான வாகனங்களில் பவனி வருவான். அவனை நான் பார்ப்பதேகூட அபூர்வம்.

அன்றிரவு ஒர்க் ஷாப்பை மூடிவிட்டு வீட்டுக்கு வந்து விட்டேன். அம்மாவும் தம்பியும் சமையற்கட்டுப் பக்கம் உறங்கிக் கொண்டிருந்தார்கள். அந்த ஆள் புழுக்கமாக இருக்கிறது எனப் பாயைத் தூக்கிக்கொண்டு கடற்கரை மணலுக்குப் போய்விட்டார். நான் முன் அறையில் படுத்திருந்தேன். தூக்கம் கண்ணைச் சொருகிக் கொண்டிருந்த நேரம் கதவு தட்டப்பட்டது. நான் எழுந்து போய்க் கதவைத் திறந்தேன். ஒர்க் ஷாப் பையன் நின்றிருந்தான்.

“என்னடா இந்நேரத்துல...”

“சென்னா அண்ணா கீழே நிக்கறாரு... ஒங்களக் கூட்டிக்கினு வரச் சொன்னாரு...”

நான் அவசரமாகச் சட்டையை எடுத்துப் போட்டுக்கொண்டேன். கைலியுடனே படிக்கட்டில் இறங்கி ஓடினேன். எனக்கு முன்னால் பையன் போய்க்கொண்டிருந்தான். பரபரப்பு வடிந்த தெரு வெறுமையடைந்து கொண்டிருந்தது. ஒரு குடிசையில் ரேடியோ ஒலித்துக் கொண்டிருந்தது. விளக்கு வெளிச்சத்தில் பைத்தியம்

உட்கார்ந்து எங்களை வெறித்தபடி பார்த்தது. தெருமுனை வந்தபோது இருளில் சென்னாவும் சிலரும் நின்றிருந்தார்கள். நான் அவர்கள் அருகில் சென்றேன். சென்னாவுடன் கூடநின்றவர்கள் எனக்குப் பழக்கப் படாதவர்களாக இருந்தார்கள். போதையில் ஒருவன் பாடல்பாடியபடி எங்களைக் கடந்து போனான். சென்னா என்னை நெருங்கி வந்து என் தோள்மீது கை போட்டான். சற்றுத் தள்ளி நின்ற வெள்ளை அம்பாசிடர் காருக்கு அழைத்துப் போனான். கார் வாடகைக் கார் போல் தெரிந்தது. ஓட்டுபவனும் புதியவனாக இருந்தான். நானும் சென்னாவும் காரின் முன்புறத்தில் ஏறிக் கொண்டோம். மற்றவர்கள் பின்னால் ஏறிக் கொண்டார்கள். கார் கிளம்பியது. பிரதான சாலைகளும் அடங்கியிருந்தன. சென்னா மெல்ல என்னிடம் பேசினான்.

"ஒனக்கு ரெண்டு நாள் ஏதாச்சும் வேல இருக்காடா...?"

"ஓர்க் ஷாப் வேலதான் சென்னா..."

"அந்த மயிரு வேலய வுடு... நா... ஒனக்கு ஒரு அசைன்மெண்ட் தர்றேன்... பசங்களோட போய்க்கின்னு வா..."

சென்னா மட்டும் ஓரிடத்தில் இறங்கிக்கொண்டான். கார் நகரத்தின் இன்னொரு முனைக்குப் பயணித்தது. நடுநிசியில் நகரமும் சாலைகளும் வேறு ரூபம் பூண்டிருந்தன. மின்சார ரயில் தண்டவாளங்களை கார் தாண்டிப் போயிற்று. நகரத்திலிருந்து விலகி மரங்கள் நிறைந்த மண்பாதையில் சென்றது. இருபுறமும் வயல்கள் இருப்பது இருளில் மங்கலாகப் புலப்பட்டது. மீண்டும் தார்ச் சாலை வந்தது. எனக்கு எங்கே போகிறோம்? எதற்குப் போகிறோம் என எதுவும் தெரியவில்லை. அருகில் அமர்ந்திருப்பவர்களும் நிசப்தமாகவே வந்தனர். அவர்களிடம் பிராந்தி நெடி அடித்தது. ஒருவன் மட்டும் கண்ணாடியோரம் மாறி உட்கார்ந்து சிகரெட் பிடித்தான். காற்றுக்குப் புகை காருக்குள்ளேயே திரும்பி அடித்தது. எனக்கு இருமல் எழுந்து அடங்கிற்று. அதனை அவர்கள் பொருட்படுத்தவில்லை. தாடி வைத்திருந்தவன் மாவா மென்று கொண்டிருந்தான். அவன் அடிக்கடி எச்சிலை வெளியே துப்பிக்கொண்டே வந்தான். சாலை வெறிச்சிட்டுக் கிடந்தது.

இருள் வெளியில் எல்லாமே திகில் தன்மையுடன் காணப்பட்டது. நேரத்தை என்னால் துல்லியமாக அனுமானிக்க முடியவில்லை. ஓரிடத்தில் ஸ்ரீபெரும்புதூர் 19 என எழுதியிருந்த கைக்காட்டியைப் படித்தேன். அங்கு மணல் வழிக்கும் லாரிகள் சாலையில் நீண்ட வரிசையில் நின்றிருந்தன. கார் வேகம் பிடித்தது. பிரதான சாலையின் மீது இருந்த ஒரு காவல் நிலையத்தின் முன்பு கார் திடீரென நின்றது.

தெருவிளக்கு வெளிச்சத்தில் நாங்கள் ஐந்து பேர் மட்டும் காரிலிருந்து இறங்கினோம். எங்களை இறக்கிவிட்டதும் கார் விரைவாகத் திரும்பிப் போய்விட்டது.

காவல் நிலைய வராண்டா மங்கிய வெளிச்சத்தில் இருந்தது. மர பெஞ்சின் மீது அமர்ந்திருந்த போலீஸ்காரர் எங்களையே பார்த்தபடி இருந்தார். நீளத் துப்பாக்கி சுவரில் சாய்த்து வைக்கப்பட்டிருந்தது. நாங்கள் உள்ளே நுழைந்தோம். அந்த போலீஸ்காரர் எழுந்து நின்று எங்களைப் பார்த்தார். மாவா மென்றுகொண்டிருப்பவன் மட்டும் மெதுவாகப் பேசினான்.

"புளியந்தோப்பு ஜெயக்குமார் மர்டர்... சென்னா அனுப்புச்சாரு..."

அந்தப் போலீஸ்காரர் எந்தவிதப் பரபரப்பும் அடையவில்லை. எங்களை உள்ளே கூட்டிப் போனார். அங்கு மின்விசிறியினடியில் நாற்காலியைப் போட்டு அமர்ந்து, பருத்த வயிற்றைக் காட்டிக் கொண்டு, வெறும் மேலோடு இன்னொரு போலீஸ்காரர் தூங்கிக் கொண்டிருந்தார். அந்தப் போலீஸ்காரர் போய் அவரை எழுப்பி விசயத்தைச் சொன்னார். நாங்கள் அவரின் முன்னே போய் நின்றோம். அவர் கண்ணைத் தேய்த்தபடி நாற்காலியில் நிமிர்ந்து உட்கார்ந்து எங்களை ஏறிட்டார். பின்பு சாவகாசமாக எழுந்து மேசை அருகில் போய் நின்றார். சடைவு முறித்தபடி தொலைபேசியில் யாருடனோ பேசிவிட்டுத் திரும்பவும் அதே நாற்காலியில் வந்து அமர்ந்தார்.

"எல்லோரும்... அந்த பெஞ்சுல ஒக்காருங்க... ஐயா... வந்தரட்டும்..."

நாங்கள் சுவரோரம் போட்டிருந்த நீள மரப்பெஞ்சில் வரிசையாக அமர்ந்தோம். கால்களைக் கொசுக்கள் கடித்தன. அவர் வெளியில் அமர்ந்திருந்த போலீஸ்காரரிடம் எங்களைக் கண்காணிக்கச் சொல்லிவிட்டு மீண்டும் நாற்காலியில் சரிந்து உட்கார்ந்து தூங்கத் துவங்கினார். மின்விசிறி சுழலும் சப்தம் மட்டும் கேட்டது. லாக்கப்புகள் எல்லாம் கம்பிகளுக்குப் பின்னே காலியாகக் கிடந்தன. எதிர்ச் சுவரில் பல்லி இறங்கிக்கொண்டிருந்தது. நான் உறங்கும் போலீஸ்காரரைப் பார்த்தபடியே இருந்தேன். விடிவதற்கு இன்னும் வெகுநேரம் இருந்தது.

மறுதினம் காலைப் பொழுது கடந்தது. போலீஸ்காரர்கள் எங்களை லாக்கப்பில் அடைத்தனர். உள்ளே வைத்து அடிக்கவெல்லாம் இல்லை. இரண்டு தினங்கள் கழித்து நீதிமன்றத்தில் ரிமாண்ட் செய்தனர். சிறையில் போய் ஒரு வாரம் இருந்தோம். அங்கு ஏற்கனவே வட

சென்னை ஆட்கள் நிறையப்பேர் இருந்தனர். அந்த ஆட்களோடு எனக்குப் பழக்கமும் இருந்தது. சிறைக்குள் தங்கியிருப்பதில் எனக்குப் பெரிய கஷ்டம் எதுவும் தெரியவில்லை. கஞ்சா, பீடி, மாவா, என எது கேட்டாலும் தாராளமாகக் கிடைத்தது.

சென்னா எங்களை உள்ளே அதிக நாட்கள் வைத்திருக்கவில்லை. சொன்னது போல உடனே ஜாமீனில் வெளியே எடுத்துவிட்டான். வெளியே வந்த பின்பு வழக்கு விசயமாக அடிக்கடி நீதிமன்றம், காவல் நிலையம் என அலைய வேண்டியதாக இருந்தது. ஒர்க் ஷாப்பில் ஒழுங்காக வேலை ஓடவில்லை. மனசும் லயிக்கவில்லை. வீட்டுக்குக் கூடச் சரியாகப் போவதில்லை. என் மனசு சென்னாவுக்காக எதையும் செய்யத் தயாராகிக்கொண்டிருந்தது. எனக்கே இது புதிரைப் போல இருந்தது. ஏனோ சதா சென்னா கூப்பிடும் குரலுக்குக் காத்திருப்பவன் போலவே காணப்பட்டேன்.

இந்தச் சமயத்தில் ஒரு நாள் இரவு ஒன்பது மணி சுமார் இருக்கும். தெருமுனைப் பெட்டிக்கடையில் சிகரெட் வாங்கிப் பற்றவைத்துக் கொண்டு வீட்டுக்குத் திரும்பி வந்துகொண்டிருந்தேன். மழை தூறிக் கொண்டிருந்தது. வானம் மூடிக் கவிந்து கிடந்தது. வழி எங்கும் நீர் பெருகும் நிலையில் இருந்தது. நனைந்து கீழ்படியில் மாவா மென்று கொண்டிருப்பவன் உட்கார்ந்திருந்தான். நான் புரியாமல் அவனைப் பார்த்தேன்.

“நாங்க ஒரு அசைன்மெண்ட் போறோம்... சென்னா ஒன்னையும் கூட்டிக்கினு போகச் சொன்னாரு...”

அன்று போலவே தெருமுனையில் ஒரு வெள்ளை நிற அம்பாசிடர் கார் நின்றிருந்தது. நான் பெரிதாக யோசிக்கவில்லை. போய் காரில் ஏறிக் கொண்டேன். காரில் இன்னொருவனும் இருந்தான். கார் கிளம்பியது. ஏனோ என் உள் மனசில் நான் அசட்டுத் துணிச்சலாக நடந்துகொள்கிறேன் என்று தோன்றியது. மழை வலுத்திருந்தது. கார் கண்ணாடியில் வைபர் அசைந்தபடி இருந்தது. பிரதான சாலைகளிலும் வாகனங்கள் குறைந்திருந்தன. மக்கள் கடையோரங்களில் ஒடுங்கி நின்று மழையையே பார்த்துக்கொண்டிருந்தனர். மழையும் விளக்கொளியில் தாரைதாரையாக இறங்கிக்கொண்டிருந்தது. கார் தாம்பரம் கடந்து விழுப்புரம் தேசிய நெடுஞ்சாலையில் சென்றது. திடீரென மழையும் நின்றுவிட்டது. நான் மாவாமென்று கொண்டிருப்பவனிடம் கேட்டேன்.

“எங்க போறோம்…?”

“சரண்டர் அடைய…”

“அதுதான் எங்கேன்னு கேக்கறேன்…?”

“உத்தரமேரூர்…”

இன்னொருவன் சிரித்தபடி என்னை உற்றுப் பார்த்தான். நான் எதிரில் வரும் வாகனத்தின் விளக்கொளியில் ஒளிரும் ஈரச்சாலையைப் பார்த்தபடி மௌனமாக வந்தேன். செங்கல்பட்டு தாண்டியதும் மாவா மென்று கொண்டிருப்பவன் காரை சாலையோரமாக நிறுத்தும்படிச் சொன்னான்.

கார் ஓரங்கட்டப்பட்டது. டிரைவர் உட்பட நாங்கள் இறங்கினோம். அங்குக் கல்லில் தோசை மணம் நிரம்பிய சிறு ஹோட்டல்கள் வரிசையாக இருந்தன. லாரிக்காரர்கள் திறந்த வெளியில் போட்டிருந்த பெஞ்சில் உட்கார்ந்து சாப்பிட்டுக்கொண்டிருந்தனர். நான் ஹோட்டல் பெயர்ப் பலகையின் கீழ் எழுதியிருந்த ஊரின் பெயரைப் படித்தேன். மாமண்டூர் என்று இருந்தது.

அந்தச் சமயத்தில் இன்னொருவன் கார் டிரைவரைப் பார்த்துக் கேட்டான்.

“சரக்க அடிச்சிக்கின்னு சாப்பிடுவோமா…?”

“இல்லண்ணே ட்ராவல்ல நா குடிக்கறதில்ல…”

“உனி நாம என்ன என்.ஹச் ரோட்லயா போகப் போறோம். குறுக்குத் தடம்தானே… பத்து மணிக்கு மேலாவுது… நாய் நரிகோட எதுக்க வராது… லைட்டா அடிப்போம்…”

டிரைவர் மேற்கொண்டு மறுப்பு தெரிவிக்கவில்லை. நால்வரும் ஹோட்டலுக்குள் நுழைந்தோம். பரோட்டாப் பிசைந்து கொண்டிருந்த ஆள் எங்களை ஏறிட்டான்.

“வாங்க சார்… உக்காருங்க சார், என்ன வேணும் சார்…”

மற்றொருவன் ஈர்க்குமார்க் குச்சியால் தோசைக் கல்லைக் கூட்டி வழித்தான். சடசடத்த ஓசையினூடே புகை எழுந்தது. ஓலைத் தடுக்கை விலக்கி ஹோட்டலின் பின்புறத்துக்கு இன்னொருவன் எங்களை அழைத்துப்போனான். அங்கு மங்கலான வெளிச்சத்தில் மேசையும் நாற்காலியும் போடப்பட்டிருந்தன. ஏற்கனவே சிலர் உட்கார்ந்து சரக்கு அடித்தபடி சாப்பிட்டுக்கொண்டிருந்தனர். நாங்கள் நால்வரும்

மிதமாகவே குடித்தோம். பரோட்டாவும் சிக்கன் குருமாவும் கேட்டு வாங்கிக்கொண்டோம். சாப்பிட்டு முடித்தபின் இன்னொருவன் சட்டைப் பாக்கெட்டிலிருந்து இரண்டு சிகரெட்டுகளை வெளியே எடுத்து நீட்டினான். மாவா மென்று கொண்டிருப்பவன் ஒன்றை வாங்கிப் பற்றவைத்தான். பின்பு கைகளை மூடிக்கொண்டு சிகரெட்டை விரலிடுக்கில் சொருகி ஒரு நீண்ட இழுப்பு இழுத்தான். அவன் கண்கள் மூடியவாறு இருந்தன. இன்னொருவனும் இதே போல் செய்தான். இது வெறும் சிகரெட் இல்லை என்பது எனக்குத் தாமதமாகத்தான் புரிந்தது.

நாங்கள் பில்லைக் கொடுத்துவிட்டு ஹோட்டலை விட்டு வெளியே வந்தோம். திரும்பவும் மழை வரும்போல் பட்டது. ஈரக்காற்று அடித்தது. கார் கிளம்பி வேகமெடுத்தது. சேர்ந்து சரக்கு அடித்த பின்னர், டிரைவர் எங்களோடு கலகலப்பாகப் பேசியபடி வந்தான். உத்தரமேரூர் செல்லும் தார்ச் சாலையில் பிரிந்து பயணித்தோம். போக்குவரத்து குறைந்திருந்தது. எப்பொழுதாவது லாரிகள் மட்டும் எதிர்க்க வந்தன. புளியமரங்கள் கவிந்த சாலை வெறிச்சிட்டு முன்னே விரிந்தது. இருபுறமும் இருள் அப்பிக் கிடந்தது. சாலையோர ஊர்கள் தூக்கத்தில் ஆழ்ந்து கிடந்தன.

அப்போது பின் இருக்கையில் உட்கார்ந்திருந்த இன்னொருவன் கார் டிரைவரின் தோளருகில் முகத்தைக் கொண்டுபோய்க் கேட்டான்.

“ஸ்டேஷனுக்கு இப்பவே போனாலும் விடியும்வரை கொசுக் கடியில் உக்காரதா வெக்கப் போறானுக... இங்க கரிக்கலியில எங்க மாமாவோட தோட்டமிருக்கு. போய்ப் படுத்துத் தூங்கிக்கினு வெள்ளனே போலாமா?”

டிரைவர் சம்மதம் என்பதுபோல் தலையசைத்தான். எனக்கும் அது நல்லதாகவே பட்டது. சற்றுநேரத்தில் நான்கு சாலைகள் பிரியுமிடத்தில் காரை இன்னொருவன் நிறுத்தச் சொன்னான். அந்த இடத்தில் மூடிய நான்கைந்து கடைகள் இருந்தன. நாய் ஒன்று காரருகில் வந்து குரைத்தது. அந்த நேரத்திலும் சைக்கிளில் பேசியபடி இருவர் காரைக் கடந்து போனார்கள்.

தெருவிளக்கு ஒளியில் அவ்விடம் அரவமற்றுக் கிடந்தது. கரிக்கிலி பறவைகள் சரணாலயம் தங்களை அன்புடன் வரவேற்பதாக, சில கொக்கு போன்ற பறவைகளை வரைந்த ஒரு பெயர்ப் பலகை மங்கித் தெரிந்தது. இன்னொருவன் காரை இடதுபுறம் திரும்பிப் போகச் சொன்னான். குறுகலான தார்ச் சாலையில் கார் மெதுவாக முன்னேறியது. குளிர்க்காற்று வீசிற்று. வெளியே கும்மிருட்டு

என்றாலும் எனக்கு வயல் போன்ற தோற்றம் கொண்ட வெளி கண்முன் விரிந்தது. மக்கள் வசிப்பிடங்களே தென்படவில்லை. மாவா மென்று கொண்டிருப்பவன் டிரைவரிடம் சத்தமாகச் சொன்னான்.

"கார... நிப்பாட்டுப்பா... மூத்திரம் பெஞ்சிட்டுப் போவோம்..."

கார் மெல்ல வேகம் குறைந்து நின்றது. பின் இருக்கையில் அமர்ந்திருந்த இன்னொருவன் இறங்கிக் காருக்கு முன்னே போனான். மாவா மென்றுகொண்டிருப்பவன் டிரைவரின் தோளைத் தட்டித் திரும்பவும் சொன்னான்.

"இன்ஜினையே அணைச்சிரு... எனக்கு அப்படியே வெளிக்கு வர்ற மாதிரியும் இருக்கு..."

டிரைவர் கார் இன்ஜினையும் அணைத்து முன் விளக்கையும் அணைத்தான். காருக்குள் மட்டும் இப்போது வெளிச்சம் இருந்தது. வெளி இருளில் அமுங்கிக் கிடந்தது. இரவுப் பூச்சிகளின் கிரீச்சிடும் சத்தம் அமானுஷ்யமாய் வெளிப்பட்டது.

அந்தக் கணம்தான் அது நடந்தது. மாவா மென்றுகொண்டிருப்பவன் ஒரு சிறிய சூடிக் கயிற்றால் டிரைவரின் கழுத்தைச் சுற்றி இறுக்கினான். அப்படியே பின்புறம் இழுத்தான். டிரைவர் கைகளை உதறிப் பார்த்தான். ஆனால் அவனால் எங்கும் திரும்ப முடியவில்லை. லேசான ஒரு எதிர்ப்புணர்வு மட்டும் காட்டினான். கால்களின் உதறலும் அசைவும் சட்டென அடங்கி நின்றன. விழிகள் மேலேறின. நாக்கு தொங்கி வந்தது. இந்தச் செயல்கள் எல்லாமே துரித கதியில் நடந்து முடிந்தன. பார்க்க பார்க்க நான் பிரமை பிடித்தவனானேன்.

இன்னொருவன் கதவைத் திறந்து டிரைவர் உடலை என்னருகில் தள்ளினான். ஸ்டேரிங்கைப் பிடித்தபடி உள்ளே ஏறி உட்கார்ந்தான். காரை ஸ்டார்ட் செய்தான். இப்போது டிரைவரின் நாக்கு தொங்கிய பிணம், என் வலது தோள்மீது சாய்ந்து கிடந்தது. நான் தன்னிலை மீள மேலும் சில கணங்கள் ஆயின.

கார் அதே வழியில் தொடர்ந்து பயணித்தது. இன்னொருவன் மிக வேகமாக காரைச் செலுத்தினான். கண்ணாடிகளை நாங்கள் மேலேற்றிவிட்டுக் கொண்டோம். இருள் பாவிய சாலை வெறிச்சோடிக் கிடந்தது. திருப்பங்களில் பக்கவாட்டு மரங்களின் நிழல் படிந்து மறைந்தது. நான் காரின் முன்னே விரியும் குறுகிய சாலையைப் பார்த்தபடியே பயத்துடன் அமர்ந்திருந்தேன். சிறிது நேரத்தில் கார் திடீரென நின்றது. பின்னிருக்கையில் மாவா மென்றுகொண்டிருப்பவன்

இறங்கினான். என்னையும் இறங்கச் சொன்னான். வெளியே மங்கலான வெளிச்சம் தெரிந்தது. நான் பிணத்தின் தலைமாட்டைப் பிடித்துக் கொண்டேன். மாவா மென்றுகொண்டிருப்பவன் கால்பகுதியைப் பிடித்துக்கொண்டான். தூக்கிக்கொண்டு ஏரிக்கரை மீதிருந்த கருங்கல் பதித்த தளத்தில் நடந்தோம். இன்னொருவன் எங்கள் பின்னால் வெறுமனே நடந்துவந்தான். நீர்க்குட்டைக்குள்ளிருந்து பூச்சிகளின் மெல்லிய ஒலி சூழலை நிறைத்திருந்தது. நீரில் காற்றுக்கு அசைவுற்ற புதர்ச் செடிகளும் மரங்களும் நின்றன. இன்னொருவன் சொன்னான்.

"இந்தெடத்துல வீசிரு... தண்ணி ஆழமா இருக்கும்..."

நாங்கள் இருவரும் பிணத்தைத் தண்ணீருக்குள் வீசினோம். சிறு சப்தத்துடன் பிணம் நீருக்குள் விழுந்து மூழ்கியது. நீர்ச் சலனம் அடங்கிற்று.

நாங்கள் அதற்குமேல் அங்கு நிற்கவில்லை. அவசரமாகக் காருக்கு வந்து கிளம்பினோம். தேசிய நெடுஞ்சாலைவரை நாங்கள் ஒருவரோடு ஒருவர் எதுவும் பேசிக்கொள்ளவில்லை. எங்களிடையே நிலவிய மௌனம் மிகக் கொடியதாக இருந்தது. கனரக வாகனங்கள் இரு மஞ்சள் நிறப் புள்ளியெனக் கடந்தன. இன்னொரு சூடிக்கயிறு என் கழுத்திலும் விழ அதிகப்படியான அவகாசம் தேவைப்படாது என நினைத்தபடியே வந்தேன். டிரைவர் எங்களோடு சரக்கு அடித்த சித்திரம் மனது முழுக்க எழுந்தபடியிருந்தது.

சென்னை வந்தவுடன் நான் நேராக வீட்டுக்குப் போகவில்லை. கடற்கரை மணற்பரப்பில் நடந்தேன். படகு ஒன்றில் ஏறிப் படுத்துக்கொண்டேன். குளிர்ந்த உப்புக்காற்று இதமாக இருந்தது. இருண்ட வானில் கனமான முகில்கள் அச்சுறுத்துவது போலத் தாழப் போயின. உடல் பெரும் அசதியும் பலமுமற்றது போலத் தளர்வுற்றது. நான் கண்களை மூடிக்கொண்டேன். கடலின் இரைச்சல் தவிர வேறொரு சப்தமில்லை. திடீரெனக் கடல் ஆழ்ந்த நிசப்தம் கொண்டதுபோல அடங்கிற்று. பூதாகரமான மணல்வெளிக்குள் புதையுண்டுபோவதுபோல உணர்ந்தேன். என்மேல் மழையின் முதல் தூறல் விழுந்தது.

7

பகல் வெயில் ஏறியது. குடியிருப்புகளில் ஆட்களின் பேச்சுச் சப்தமும் நடமாட்டமும்கூட அடங்கி இருந்தன. நான் கதவைத் திறந்து வைத்துவிட்டு முன் அறையில் ஒருக்களித்துப் படுத்திருந்தேன். உறக்கம் வருவதற்கு முந்திய நிஷ்டையில் யோசனைகளற்று இருந்தேன். சரியாக உறங்கியும் பத்து தினங்களுக்கு மேலாகியிருந்தது. வெறுந்தரை குளிர்ச்சியாய் இருந்தது.

அப்போதுதான் அம்மா வேலை செய்யுமிடத்திலிருந்து வீடு திரும்பியிருந்தாள். சமையறகட்டுக்குள் மதிய உணவு சமைப்பதில் மும்முரமானாள். படிக்கட்டில் யாரோ ஏறிவரும் சப்தம் கேட்டது. நான் கண்களைத் திறக்காமல் அந்தக் காலடி ஓசையை உற்றுக் கேட்டபடிப் படுத்திருந்தேன். காலடி ஓசைகள் நெருங்கி வந்து அடங்கியது.

"இந்த வூடா…?"

"சார்… படுத்துக்குனு இருக்கறவன்தான் சார்…?"

நான் தலையை நிமிர்த்திப் பார்த்தேன். நிலவடியில் காரைக் கடத்திய இன்னொருவன் நின்றிருந்தான். அவனுக்குப் பக்கவாட்டில் மேலும் நான்கைந்து பேர் நின்றிருந்தனர். அவர்களைப் பார்த்ததும் மப்டியில் வந்திருப்பவர்கள் போலீஸ்காரர்கள் என எனக்குத் தெரிந்துவிட்டது.

அதற்குள் ஒரு போலீஸ்காரர் நடையைத் தாண்டி உள்ளே வந்தார். பூட்ஸ் காலால் என் முதுகில் ஓங்கி உதைத்தார். முதுகுத்தண்டு முறிந்து போனதுபோல வலித்தது. அவசரமாக எழுந்து நின்றேன். அதே போலீஸ்காரர் கன்னத்திலும் ஓங்கி ஓர் அறை அறைந்தார். மேலும் இரு போலீஸ்காரர்கள் உள்ளே வந்தனர். என் இருபுறமும் தோளோடு சேர்த்துப் பிடித்துக்கொண்டனர்.

அம்மா பதறிப்போய் என் அருகில் வந்தாள். அவளால் உடனே என்ன நடக்கிறது என யூகிக்க முடியவில்லை. போலீஸ்காரர்கள் என்னை நகர்த்திக் கீழே படிக்கட்டில் கூட்டிப்போனார்கள். தெரு முனையில் நின்றிருந்த போலீஸ் ஜீப்பில் ஏற்றினார்கள். அம்மாவும்

குடியிருப்புவாசிகள் சிலரும் தெருமுனைவரை கூடவே வந்தார்கள். மேலும் அவ்வழியே சென்றவர்களும் என்னை வேடிக்கை பார்த்தனர். நான் அம்மாவை ஒருகணம் பார்த்துவிட்டுத் தலையைக் கவிழ்ந்து கொண்டேன்.

ஜீப் நகர்ந்து வேகம்பிடித்தது. என்னை ஒட்டி உட்கார்ந்து வந்த இன்னொருவனிடம் மாவா மென்றுகொண்டிருந்தவனைப் பற்றி போலீஸ்காரர்கள் விசாரித்தபடியே வந்தனர். இன்னொருவன் ஒன்றும் பேசாமல் வந்தான். அன்றிரவு லாக்கப்பில் எனக்கு செமத்தியான அடி விழுந்தது. அவன் பெயர்கூட எனக்குத் தெரியவில்லை. இரண்டு தினங்கள் கடந்த பின்னும் போலீஸ்காரர்கள் என்னிடம் கேட்டது ஒன்றே ஒன்றுதான். அவனைக் காட்டிக் கொடு, உன்னை விட்டுவிடுகிறேன் என்றார்கள். நிஜத்திலும் அவன் எங்கே இருக்கிறான் என எதுவும் தெரியவில்லை. ஆனாலும் போலீஸ்காரர்கள் நான் சொல்வதை நம்பத் தயாராயில்லை. இருவாரங்கள் போயிற்று. அவன் போலீஸுக்குச் சிக்கவில்லை. போலீஸ்காரர்கள் என்னையும், இன்னொருவனையும் மட்டும் குற்றஞ்சாட்டப் பட்டவர்களாக அறிவித்து நீதிமன்றத்தில் ஒப்படைத்துவிட்டனர். நாட்டை உலுக்கிக்கொண்டிருந்த கார் கடத்தல் திருடர்கள் நாங்கள் மட்டுமே என்று ஊடகங்களும் ஜோடித்து விட்டன. சிறையில் என்னைப் பார்க்க சென்னா வரவில்லை. எனக்கு அது கஷ்டமாக இருந்தது.

ஒருநாள் அந்தியில் வெளிச்சம் மங்கும்போது அம்மா என்னைப் பார்க்க அனுமதிக்கப்பட்டாள். சிறைச்சாலை வராண்டாக்களில் இருள் கட்டத் துவங்கியிருந்தது. மைதானத்திலிருந்து கைதிகள் செல்லுக்குத் திரும்பிக்கொண்டிருந்தனர். வார்டன் இரக்கப்பட்டு நான் அம்மாவுடன் பேசுவதற்கு நீண்ட நேரம் அனுமதித்தார். கம்பி வலைகளுக்குப் பின்னே நான் அதிக நேரம் மௌனமாகவே நின்றேன். அம்மா மட்டும் பேசிக்கொண்டே இருந்தாள். என்னை வெளியே எடுப்பதைப் பற்றியே திரும்ப திரும்பப் பேசியபடி இருந்தாள். எனக்கு ஏனோ சட்டெனக் கோபம் வந்தது.

“பதினஞ்சு வருஷமா நா... தொலஞ்சுதானே போயிருந்தே... இப்பவும் அப்படி நெனைச்சுக்கோ... உன்னால வெளிய எல்லாம் எடுக்க முடியாது... ஊட்டுக்குப் போயி... பொழைக்கற வழியப் பாரு... எப்படி வெளியவர்றதுன்னு எனக்குத் தெரியும்... இனி என்னப் பாக்க வராதே...”

அம்மா அழுதபடியே வராண்டாவில் சென்று மறைந்தாள். நான் என் அறைக்குத் திரும்பிவிட்டேன். ஆனாலும் இரவெல்லாம் அம்மாவைப்

பற்றியே நினைத்துக்கொண்டிருந்தேன். மூன்று நாட்கள் கழிந்தன. அன்று இளமதியம் அம்மா என்னைப் பார்க்க அனுமதிக்கப்பட்டாள். நான் சந்திக்க விரும்பவில்லை என மறுத்துவிட்டேன். அம்மா வெகுநேரம் வரை எனக்காகக் காத்திருந்துவிட்டுப் பின் மௌனமாக எழுந்துபோனதாக வார்டன் வந்து சொன்னார். சிறைச்சாலையின் சட்டதிட்டங்களும் உடன் பழகிய சக கைதிகளின் சகவாசங்களும் சென்டிமெண்ட்டுகளுக்கு இடம் கொடுக்காத அளவுக்கு என்னை இறுகச் செய்திருந்தன.

அதன்பின்பு அம்மா என்னைப் பார்க்க வரவில்லை. அந்த ஆள் மட்டும் ஒருமுறை வந்தார். அவரிடமும் நான் முகம் கொடுத்துப் பேசவில்லை. அனுமதிக்கப்பட்ட பார்வை நேரம் முடிந்துவிட்டது. அவரும் எழுந்து போய்விட்டார். நான் திரும்பி வரும்போது வார்டன் எனக்கு அறிவுரை கூறினார். மங்கிய அறையினுள் நடந்தபடியே யோசித்தேன்.

போலீஸ் என்மீது தாக்கல் செய்திருந்த குற்றப் பத்திரிகை வலுவாக இருந்தது. அம்மாதான் எனக்காக ஒரு வழக்கறிஞரை வைத்து வழக்கை நடத்திக்கொண்டிருந்தாள். எனக்கு வெளியே செல்வோம் என்கிற நம்பிக்கை எல்லாம் துளியும் இல்லை. அதேசமயம் சிறைச்சாலை வாழ்வோடு அனுசரித்துப் போகவும் முடியவில்லை. சிறைச்சாலை தனி உலகமாக இருந்தது. போதைப் பொருட்கள் சர்வசாதாரணமாகப் புழங்கின. எனக்குக் கொஞ்சம் அந்தப் பழக்கம் இருந்ததால் அவை கிடைக்கும்போது சௌகரியமாகவே உணர்ந்தேன்.

ஆனால் ஓரினச் சேர்க்கையாளர்களிடமிருந்து தப்பிப்பதுதான் மிகவும் கடினமாக இருந்தது. மூட்டைப்பூச்சிகளின் இரத்தக் கறைகள் படிந்த சுவரைப் பார்த்தபடி மண்டியிட்டு அமர்ந்த கணங்கள் எனக்கு நரக வேதனையைத் தந்தன.

நான் இனி ஒருபோதும் இந்தச் சிறைச்சாலைக்குத் திரும்ப வரக்கூடாது என்றே தீர்மானித்திருந்தேன். பழையபடி ஏதாவது ஒர்க் ஷாப்பில் வேலை செய்துகொண்டு, பிளாட்பாரத்தில் படுத்தாலும் பரவாயில்லை. நிம்மதியாக வாழவேண்டும் என்கிற வேட்கையே அதிகமானபடியிருந்தது. திரும்ப முடியாத ஒரு சிகரத்தின் விளிம்பில் உட்கார்ந்திருப்பவன் போலவே சதா உணர்ந்தேன். நான் வார்டனைக் கேட்டபோது இந்த வழக்குக்கு மரணதண்டனை எல்லாம் கிடைக்காது என்றார். எப்படியும் குறைந்தது ஆறு வருடமாவது கிடைக்கும் என்றும் கூறினார். அவரின் சொற்கள் மட்டுமே அவ்வப்போது எனக்கு சிறுநம்பிகையைத் தந்தன. ஆனாலும் ஒவ்வொரு நாளும் விசாரணை

தொடர்ந்துகொண்டே இருந்தது. மாவா மென்றுகொண்டிருந்தவனைப் பற்றிய தகவல் எதுவும் தெரியவில்லை.

ஆறு மாதங்கள் கடந்துவிட்டன. அன்று நான் மைதானத்தில் இருந்தேன். பொழுதுசாய்ந்து வானிலே மேகங்கள் கவியத் தொடங்கியிருந்தன. செங்கால் நாரைக் கூட்டம் தெற்கிலிருந்து வடக்காகப் பறந்துபோனது. நான் அவை தொடுவானம் போய் மறையும்வரை பார்த்துக்கொண்டே இருந்தேன்.

வார்டனில் விசில் சப்தம் கேட்டது. கைதிகள் செல்லுக்குத் திரும்பிக்கொண்டிருந்தார்கள். நான் வராண்டாவைக் கடக்கும்போது வார்டன் என்னை அருகில் கூப்பிட்டுப் பேசினார்.

“உங்க ஆள... ஆவடி போலீஸ் புடிச்சிருச்சு... என்கொயரி போய்ட்டு இருக்கு... இனி உனக்கு நல்ல காலந்தான்...”

மாவா மென்றுகொண்டிருந்தவன் கார் கடத்தல் மற்றும் டிரைவர் கொலை வழக்கில் முதன்மைக் குற்றவாளி என ஒத்துக்கொண்டான். நான் கொலைக்கும் கடத்தலுக்கும் உடந்தை என்பதால் தண்டனைக் காலம் எனக்கு மட்டும் குறைக்கப்பட்டது. ஆனால் இன்னொருவனைப் பற்றிய எந்த ஒரு விவரமும் எனக்குத் தெரியவில்லை. சிறையிலும் நான் இன்னொருவனை இதுவரை பார்க்கவில்லை. தண்டனைக் காலம் தெரிந்த பின்னால் எனக்கு ஒவ்வொரு நாளும் நகர மறுப்பதுபோலப் பட்டது. சிறைச்சாலையின் பகல் கணங்கள் எப்படியோ ஓடிவிடுகின்றன. இங்கு இரவு என்பது மிக நீண்டது. பன்னிரண்டு மணிநேரம் ஒரே அறைக்குள் இருந்தாக வேண்டும். கம்பிகளின் ஓரம் போய்ப் பற்றி வெளியே நோக்கினால் மங்கலான வெளிச்சம் படிந்த வராண்டாவைத் தவிர எதுவும் புலப்படுவதில்லை. திடீரென எங்கிருந்தோ உரத்தும் முரட்டுத்தனமானதுமான குரல்கள் எழுகின்றன. அவை யாருடையவை என்பதைக் கண்டறிவது சுலபமில்லை. வெறும் தரையில் படுத்துறங்க முயன்றால் அதே வராண்டாவில் நடந்துபோகும் பூட்ஸ் கால்களின் அதிர்வுகள் செவிகளில் கொடூரமான தாக்கத்தை ஏற்படுத்துகின்றன. அதனூடே என் செவி மிகச் சிறு சத்தத்தையும் தனித்தனியே பிரித்து அடையாளம் காணும் புலமை பெற்றுவிட்டது. அனுதின இரவெல்லாம் விடிகாலையில் வரும் வெளிச்சத்தை எதிர்நோக்கியே படுத்திருந்தேன். என் சிந்தனை பலவாறு சுழன்றது. யாருக்காக இந்தச் சிறைவாசம் என யோசித்தபோது நான் பெரும் மன உளைச்சலுக்கு ஆட்பட்டேன். அறையின் நிழல் இருளில் எழுந்து உட்கார்ந்து பலமுறை கண்ணீர்கூடச் சிந்தினேன். அடிக்கடி நானே என் விதியைச் சபிக்கத் தொடங்கினேன்.

8

சிறைச்சாலையில் வராண்டாவில் நடந்து வரும்போது அம்மாவும் அந்த ஆளும் கூட வந்தார்கள். அந்தப் பெரிய இரும்புக் கிராதி கதவுகளுக்கு வெளியே வந்துவிட்டேன். திரும்பவும் அந்த இரும்புக் கிராதி இரட்டைக் கதவுகள் சாத்திப் பூட்டப்படுகின்றன. வானம் நிர்மலமாக இருந்தது. இளமதிய வெயில் நகரத்தின் மேலே உறைந்து போயிருந்தது. நாங்கள் பிரதான சாலைக்கு வந்தோம். பிளாட்பாரத்தில் சிறிது தூரம் நடந்தோம். சென்ட்ரல் ரயில் நிலையத்தின் பழமையான சிகப்புக் கட்டடங்கள் புத்துணர்வுடன் தெரிந்தன. ஜனத் திரளைப் பார்ப்பதும், நகரத்தின் பழகிப்போன ஓசைகளைக் கேட்பதும் மனசுக்கு உற்சாகத்தைத் தந்தன.

ஆட்டோவை அமர்த்திக்கொண்டோம். எங்கும் வாகனங்களின் கூட்டு ஒலி சூழலை நிறைத்துக்கொண்டிருந்தது. எங்கள் தெரு வெறிச்சோடிக் கிடந்தது. குடியிருப்பு துளியும் மாறவேயில்லை. காரை பெயர்ந்த, அழுக்கு படிந்த அதே கட்டடங்கள். படிக்கட்டில் ஏறும்போது எப்பொழுதும் போலவே பகலின் தனிமை சூழ்ந்த நிசப்தம். வீடும் மாறவேயில்லை.

அம்மா கானாகெழுத்தி மீன் குழம்புடன் சாதம் வைத்திருந்தாள். மதிய உணவுக்குப்பின் நான் ஜன்னலோரம் போய் உட்கார்ந்து கடலைப் பார்க்கத் துவங்கினேன். பழுதான கட்டுமரங்கள். சுடுமணலில் நடந்துபோகும் கருவாட்டுக் கூடைப் பெண்கள் எனப் பழைய காட்சி மாறாமலே இருந்தது. உப்புக்காற்று வெம்மையுடன் தழுவிற்று. திடீரென முகில்கள் பொழுதை இருளச் செய்தன.

நான்கு நாட்கள் போயின. நான் வீட்டைவிட்டு வெளியே எங்கும் செல்லவேயில்லை. குறிப்பாக ஜன்னலோரம் போய் அமர்ந்து பகலெல்லாம் வெளியே பார்த்தபடி அதிகநேரம் இருக்கிறேன்.

சிறைச் சாலையின் நாட்கள் என்னை மனரீதியாக இப்படிச் செய்திருக் கின்றன என்பதையும் உணர்ந்தேன். சிறைச்சாலையிலிருந்து வீடு திரும்பிய பின்பு முதல் சில நாட்கள் எனக்குப் பெரும் அவஸ்தை நிறைந்தவையாகவே இருந்தன.

மேலும் சிலவும் இதேபோல்தான் நகர்ந்தன. இதிலிருந்து மனரீதியாக மீள வேண்டும் என்கிற போராட்டம் உள்ளுக்குள் இருந்தாலும் செயலில் எதுவும் செய்ய இயலவில்லை. அம்மா வீட்டிலில்லாத ஒரு பிற்பகலில் அந்த ஆள் என்னிடம் பேசினார். என் வழக்கு நடத்துவதற்காக தான் ஓட்டிக் கொண்டிருந்த ஆட்டோவை எல்லாம் கூட விற்றுவிட்டதாகவும் சொன்னார்.

அன்று மாலையே நான் வீட்டைவிட்டு வெளியே கிளம்பிப் போனேன். வானம் நீலநிறத்தில் தெளிவாக இருந்தது. கடைவீதியில் இறங்கி நடந்தேன். என் பழைய நண்பர்கள் சிலரைத் தேடிப்போய்ப் பார்த்தேன். அவர்கள் எனக்கு டீ வாங்கிக் கொடுத்து அன்பாக உபசரித்தார்களே தவிர, வேலை எதுவும் கொடுக்க முன்வரவில்லை. அவர்கள் பேச்சிலிருந்து இன்னொன்றையும் தெரிந்துகொண்டேன். சென்னா வட சென்னையில் மிகப்பெரிய தாதாவாக விஸ்வரூபம் எடுத்திருந்தான் என்பதுதான் அது.

வெளிச்சம் மங்கிவிட்டது. நான் கடற்கரைவழியாக நடந்து வந்தேன். கடலலைகள் ஸ்படிகம்போலத் துலங்கின. மணலில் நண்டுகள் ஊர்ந்துகொண்டிருந்தன. விமானம் ஒன்று பெரும் இரைச்சலுடன் மேலே போயிற்று. சிகரெட் பற்றவைத்துக்கொண்டேன். குடியிருப்புவாசிகளின் முகம்கூட மறந்துவிட்டிருந்தது. முன் அறையில் தம்பி புத்தகத்தைப் பரப்பிப் படித்துக்கொண்டிருந்தான். நான் அவனிடம் முதன்முறையாக இப்போதுதான் பேசினேன்.

“என்ன படிக்கறே...?”

“ஒம்பதாங் கிளாஸ்...”

நான் மறுபடியும் ஜன்னலோரம் நாற்காலியை இழுத்துப் போட்டு அமர்ந்தேன். உப்புக் காற்று குளிர்ந்திருந்தது. விளக்குகள் சுடர கடற்கரை வேறு தோற்றம் காட்டியது. கடலுக்குள் தொலைவில் நிற்கும் ரோந்துக் கப்பலின் வெளிச்சம் விட்டு விட்டு மின்னியது. மணல்பகுதி அரவமின்றித் தெரிந்தது.

அம்மா தயங்கியபடியே என் அருகில் வந்து நின்றாள். நான் திரும்பி அம்மாவை ஏறிட்டுப் பார்த்தேன்.

“எங்க மொதலாளிகிட்டச் சொல்லியிருக்கேன்... நாளைக்குப் போய்ப் பாப்பமா கண்ணு...”

நான் சரியென்று தலைமட்டும் அசைத்தேன். என்னால் ஒரு வேலையை ஒழுங்காகச் செய்ய முடியுமா என்கிற பயம் இரவு உறக்கம் வரும்வரை சூழ்ந்தபடியிருந்தது. மறுநாள் கீழ்வானில் இளஞ்சிவப்பொளி படர்ந்து வந்தது. நானும் அம்மாவும் வீட்டிலிருந்து கிளம்பினோம். இன்னும் தெருக்கள் இயல்பு நிலைக்குத் திரும்ப வில்லை. கடற்கரையை ஒட்டிய மணலில் நடந்தோம். எங்கள் செருப்புக் கால்களில் நண்டு வங்குகள் மிதிபட்டன. அலைகளுக்கு அப்பால் செவ்வரியோடிய அடிவானில் வெளிச்சம் பரவிக் கொண்டிருந்தது. முகில்கள் வெளிறிக் கிடந்தன.

துறைமுகத்தை ஒட்டிய ஒரு தெருவில் நானும் அம்மாவும் நுழைந்தோம். சரக்குக் கப்பல்கள் கரையோரம் ஒதுங்கி நின்றன. கண்டெய்னர் லாரிகள் நீண்ட வரிசையில் காத்திருந்தன. அம்மா வேலை பார்க்கும் கொடோன் இருளுக்குள் இருப்பதுபோல இருந்தது. புழுதியும் அழுக்கும் படிந்த கட்டடம். தரையில் கோதுமை குவியல் குவியலாகக் கிடந்தது. அந்தக் குவியலைச் சுற்றிலும் அமர்ந்து ஆறேழு பெண்கள் முறத்தால் கோதுமையைப் புடைத்துக்கொண்டிருந்தார்கள். அம்மா என்னைச் சுவரோரம் கிடந்த, தூசிபடிந்த ஒரு மரநாற்காலியில் உட்காரச் சொன்னாள். பின்பு முறத்தை எடுத்துக்கொண்டு கோதுமை புடைக்க அந்தப் பெண்களோடு கலந்துவிட்டாள்.

நான் தூசியை ஊதிவிட்டு மரநாற்காலியில் உட்கார்ந்தேன். முதலாளியைக் காணவில்லை. நான் வெறுமனே யோசனைகளற்று இருந்தேன். துறைமுகத்தில் கப்பல்கள் நகரும் சைரன் ஒலிகள் தொடர்ந்து எழுந்தது. தெருவில் ஏறுவெயில் இறங்கிக் கொண்டிருந்தது. சற்றுநேரம் கழித்தபின் முதலாளி வந்துசேர்ந்தார். முன் வழுக்கையான தலை. மீசையில்லாமல் நீண்ட நரைத்த தாடி. வெள்ளைச் சட்டையும் கைலியும் அணிந்திருந்தார். வந்ததிலிருந்து புடைத்துக் கொட்டிய கோதுமையைக் கையில் அள்ளித் தூற்றிப் பார்த்துக்கொண்டேயிருந்தார். நான் எழுந்து நின்று அவரையே பார்த்தபடி இருந்தேன். அம்மா என்னைக் காண்பித்து முதலாளியிடம் ஏதோ மெதுவாகச் சொன்னாள். அதன்பின்பு முதலாளி என்னைக் கூப்பிட்டார். நான் முதலாளியின் அருகில் சென்று நின்றேன். அவர் ஒரு கணம் என்னை உற்றுப் பார்த்தார். பின் கோதுமைக் குவியலைப் பார்த்தபடியே பேசினார்.

“இங்க பாருப்பா... எங்கிட்ட வேல பாக்கறது ரொம்ப சுலபம்... ஆட்களோட துறைமுகத்துக்குப் போகணும்... அங்க கப்பல்ல சரக்கு ஏத்தும்போது, எறக்கும்போது சிந்தற கோதுமைகளைக் கூட்டிச் சாக்குப்பிடிக்கணும்... வண்டியில் இங்க கொண்டுவந்து கொட்டணும்... எப்ப வேலைக்கு வருவே...?”

“நாளையிலிருந்தே வரச் சொல்லறேனுங்க...”

அம்மா இடைபுகுந்து சொன்னாள். அப்போது திடகாத்திரமான ஆண்கள் மூன்று பேர் உள்ளே வந்தனர். அவர்கள் சட்டையைக் கழற்றிச் சுவரின் ஆணியில் மாட்டினார்கள். புடைத்த கோதுமைக் குவியலைத் தகர முறத்தில் அள்ளிச் சாக்கில் பிடிக்க ஆரம்பித்தார்கள். நானும் நாளையிலிருந்து இது மாதிரி வேலைதான் செய்யவேண்டும் என்பதைப் புரிந்துகொண்டேன்.

அம்மா என்னை அழைத்துக் கொண்டு வெளியே வந்தாள். வெயில் அதிகமாயிருந்தது. நெரிசலான கட்டடங்களின் மேலே வானம் நகரும் மேகங்களுடன் காணப்பட்டது. அம்மாவின் முகத்தில் கோதுமை உமி படிந்து கிடந்தது. என் கையைப் பிடித்தபடி என்னைப் பார்த்தாள்.

“இங்க பாரு கண்ணு... இனிமேயாவது பாத்துப் பொழைச்சுக் கணும்... நீதான் சம்பாரிச்சு நம்ம அப்பாவுக்கு ஒரு ஆட்டோ வாங்கிக் குடுக்கணும்...” அந்த மனுசன் உன்ன வெளியில எடுக்கறதுக்கு நாய் படாத பாடு பட்டிருக்கு...”

அம்மாவின் கண்கள் கலங்கி இருந்தது. முந்தானையால் துடைத்துக் கொண்டே வேகமாக குடோனுக்குள் போய்விட்டாள். அவ்விடத்தில் நிறைய பருந்துகள் வட்டமடித்துக்கொண்டிருந்தன. கல் பாறைகளில் அலைகள் மோதித் தெறித்தன. கடற்கரையை ஒட்டி நடந்தேன். சிறிது தூரத்தில் மணல்வெளி வந்தது. மணல் சூடேறியிருந்தது. வலைகள் காயப் போடப்பட்டிருந்தன. கூடையில் பாறை மீன்களைச் சுமந்தபடி பெண்கள் கடந்து போயினர். கடலலைகள் காலடிவரை வந்து விழுந்தன. தொலைவில் ரோந்துக் கப்பல்கள் அசையாமல் நின்றன.

நான் வீட்டுக்கு வந்தபோது அந்த ஆள் சங்கரா மீன்கள் வாங்கிவந்து சுத்தப்படுத்திக் கொண்டிருந்தார். சங்கரா இளஞ்சிவப்பு நிறத்தில் மஞ்சள் கோடுகளுடன் வழுவழுப்பாக இருந்தது. வாசனை வீடெங்கும் நிரம்பியிருந்தது. மறுதினம் விடியற்காலையிலேயே நான் அம்மாவுடன் கொடோனுக்குக் கிளம்பினேன். கடினமான வேலை என்றாலும் எனக்குப் பிடித்தே இருந்தது.

9

அந்தியிலிருந்தே மழை பெய்துகொண்டிருந்தது. மழை சீக்கிரம் விடவில்லை. துறைமுகத்தில் அலைகள் வேகம்கொண்டிருந்தன. சிதறல் கோதுமைகளை விரைவாக அள்ள முடியவில்லை. நாங்கள் வெறுமனே உட்கார்ந்து மழையைப் பார்த்துக்கொண்டிருந்தோம். மழை ஓய்ந்தபாடில்லை. நான் இரவு நெடுநேரம் கழித்து வீடு திரும்பினேன்.

பகலெல்லாம் மூட்டை சுமந்த களைப்பில் உணவருந்தியதும் முன் அறையில் படுத்து உறங்கிவிட்டேன். நடுநிசி தாண்டி யாரோ கதவைத் தட்டுவது போல இருந்தது. நானே எழுந்து கதவைத் திறந்தேன். கையில் டார்ச் லைட்டுடன் போலீஸ்காரர்கள் மூன்று பேர் நின்றிருந்தனர். எனக்கு எதுவும் புரியவில்லை. பெரிதாக மீசை வைத்திருந்த போலீஸ்காரர் பேசினார்.

“உன்ன அய்யா கூப்பிடறார்... ஸ்டேஷன்வரைக்கும் வந்துட்டுப் போ...”

நான் பதில் பேசவில்லை. அம்மா நடைமீது நின்று அழத் துவங்கினாள். தம்பியும் அந்த ஆளும் போலீஸ்காரர்களையே பார்த்துக்கொண்டிருந்தனர். அக்கம்பக்கத்துக் குடியிருப்புகளிலிருந்து வெளியே வந்தார்கள். நான் சோர்ந்த முகத்துடன் போலீஸ்காரர்களைப் பின் தொடர்ந்து படிக்கட்டில் இறங்கினேன். தெரு அடங்கிக் கிடந்தது. பினிரவு நேரத்தில் இருள் சற்றே கூடியிருந்தது. கடற்கரை மணலில் நாய் நின்று குரைத்தது. போலீஸ் ஜீப்பில் எங்கள் குடியிருப்பில் வசிக்கும் வேறு சில ஆட்களும் உட்கார்ந்திருந்தார்கள். சாலையெங்கும் மீந்திருந்தது.

காவல் நிலையத்தில் சிறு விசாரணைக்குப் பின்பு எங்களை லாக்கப்பில் அடைத்தனர். காசிமேடு ரமேஷ் என்கிற ரெளடியை எங்களில் யாரோ ஒருவர்தான் கொன்றுவிட்டதாக இன்ஸ்பெக்டர்

சந்தேகப்பட்டார். காசிமேடு ரமேஷ் என்கிற பெயரைக்கூட இதுவரை நான் கேள்விப்பட்டதில்லை. அவன் ஒரு பெரிய கள்ளச் சாராய வியாபாரி என்பதுகூட இங்கு வந்துதான் தெரிந்துகொண்டேன். லாக்கப்பில் என்னைத்தான் முதலில் சட்டையையும் கைலியையும் கழற்றச் சொன்னார்கள். ஜட்டியுடன் நின்ற என்னைக் கைகளைத் தூக்கிச் சுவரைப் பிடித்து நிற்கும்படிச் செய்தார்கள். பெரிதாக மீசை வைத்திருந்த போலீஸ்காரர் லத்தியால் என் பிட்டத்திலும் முதுகிலும் கெண்டைக்காலிலும் அடிக்கத் துவங்கினார். என்னால் வலி பொறுக்க முடியவில்லை. மௌனமாகத் தாங்கிக்கொண்டேன். நீண்ட நேரத்துக்குப் பின்பு இன்ஸ்பெக்டர் வந்தார்.

"ஒத்துக்கடாநாயே... இல்லீனா அடிபட்டே செத்துப் போயிருவே..."

செய்யாத குற்றத்தை எப்படி ஒத்துக் கொள்வது? நான் எதுவும் பேசவில்லை. சுவரையே பார்த்தபடி இருந்தேன். என் நிழலின் தோற்றம் என் சிறு அசைவையும் பிரம்மாண்டப்படுத்தியது. இன்ஸ்பெக்டர் என்னை நெருங்கினார். பூட்ஸ் காலால் என் முட்டி சுவரில் படுமாறு அழுத்திவைத்துத் தேய்த்தார். முட்டி எலும்புகள் நிச்சயம் நொறுங்கிப் போயிருக்கும் எனத் தோன்றியது. நடக்கக்கூட முடியாமல் நொண்டி ஆகப் போகிறேன் என்பது போல எரிந்தது. சிறிது நேரத்துக்குப் பின்பு இன்ஸ்பெக்டர் என்னை விட்டுவிட்டார். மற்றவர்களுக்கும் அதைப் போலவே தண்டனை. அதில் ஒருவன் சத்தமாக அலறியபடியே இருந்தான். விடிகாலையில் கூட வலி பொறுக்காத முனகல் கேட்டபடி இருந்தது. மறுதினம் பிற்பகலில் அம்மா எங்கள் முதலாளியுடன் காவல் நிலையத்துக்கு வந்தாள். நான் இருக்கும் கோலத்தைப் பார்த்து அம்மாவால் தாங்கிக்கொள்ள முடியவில்லை. சுவரோரம் ஒண்டி உட்கார்ந்து அழ ஆரம்பித்தாள். பெரிதான மீசை வைத்திருந்த போலீஸ்காரர் என்னிடம் சில தாள்களில் கையெழுத்து வாங்கினார். இன்ஸ்பெக்டர் இறுக்கமாக என்னைப் பார்த்துச் சொன்னார்.

"நாங்க எப்பக் கூப்பிட்டாலும் ஸ்டேசனுக்கு வரணும்... இன்னும் நீதான் அக்கியூஸ்டா இருப்பியோன்னு எங்களுக்குச் சந்தேகமாயிருக்கு... வெளியூர்ப் பக்கம் ஓடிராதே... அப்புறம் பிடிச்சோம்னா பின்னிப்போடுவோம்..."

அப்போது யாரும் எதிர்பாராத ஒரு கணத்தில் அழுதுகொண்டிருந்த அம்மா எழுந்து ஓடிவந்தாள். இன்ஸ்பெக்டர் காலடியில் நெடுஞ்சாண் கிடையாக விழுந்தாள். இன்ஸ்பெக்டர் கால்களைக் கட்டிக்

கொண்டாள். கேவலான அழுகையோடு சொன்னாள். "எம் பையன் நெரபராதி சாமீ... தர்மதொர... நீங்கதா மனசுவெச்சு எப்படியாச்சும் காப்பாத்தணும்..."

இன்ஸ்பெக்டரின் முகம் வெளிறிவிட்டது. பெரிதாக மீசை வைத்திருந்த போலீஸ்காரர் குனிந்து அம்மாவைப் பிடித்து இழுத்தார். ஆனால், அம்மா இன்ஸ்பெக்டரின் கால்களைக் கெட்டியாகப் பிடித்திருந்தாள். உடனே முதலாளியும் அருகில் போய் அம்மாவைப் பார்த்துச் சப்தமிட்டார்.

"அதுதான் வெளியில வுட்டுட்டார்ல... நீ... எந்திரி..."

இன்ஸ்பெக்டருக்கு வார்த்தை வரவில்லை. அம்மாவையே வெறித்தபடி நின்றார். நானும் குனிந்து அம்மாவைப் பிடித்து இழுத்து எழுப்பினேன். தள்ளிக் கூட்டிப் போனேன். அம்மாவின் கண்களில் தாரைதாரையாகக் கண்ணீர் பெருகி வழிந்து கொண்டிருந்தது. காவல் நிலையத்தில் பலர் முன்னிலையில் அம்மா இன்ஸ்பெக்டர் காலில் விழுந்தது எனக்குப் பெருத்த அவமானமாக இருந்தது. நாங்கள் பிரதான சாலைக்கு வந்தோம். முதலாளி காரில் ஏறிப் போய்விட்டார். நானும் அம்மாவும் வீட்டை நோக்கி நடந்தோம். வெயில் நேரே முகத்தில் அடித்தது. வாகனங்களின் இரைச்சலில் நாங்கள் ஒன்றும் பேசிக் கொள்ளவேயில்லை. வீடு வந்ததும் அம்மா என்னை வெந்நீரில் குளிக்கச்செய்தாள். அடிபட்ட இடங்களில் தவிட்டு ஒத்தடம் கொடுத்தாள். அன்றிரவு முழுவதும் அம்மா கண்களை மூடவே இல்லை. நானும் யோசித்தவாறு உறங்காமலே இருந்தேன்.

நான்கைந்து நாட்கள் போயிருந்தன. நான் இயல்பு நிலைக்குத் திரும்பவில்லை. முட்டியை நீட்டி மடக்க முடியவில்லை. உட்காரும் போது பிருஷ்டம் உயிர்போவது போல வலித்தது. வீட்டின் முன் அறையிலேயே படுத்துக் கிடந்தேன். என் சிந்தனைகள் எல்லாம் குழப்பமான வடிவில் வெளிப்பட்டுக்கொண்டிருந்தன. திரும்பவும் மனரீதியாகப் பெரும் பாதிப்புக்குள்ளாகியிருந்தேன்.

அன்று சாயங்காலம் கடந்துகொண்டிருந்தது. மேற்குப்புற சன்னலில் மஞ்சள் வெயிலின் வெளிச்சத் தாரைகள் தூசிகளுடன் இறங்கிக்கொண்டிருந்தன. பெரிதாக மீசை வைத்திருந்த போலீஸ்காரர் நடையில் நின்று என் பெயரைச் சொல்லிக் கூப்பிட்டார். நான் அவரைப் பார்த்த கணம் பயந்து போனேன். விரைவாக விழுந்து கதவோரம் போய் நின்றேன். நடுக்கமும் எடுத்தது. அந்தபோலீஸ்காரர் வீட்டுக்குள் பார்த்தபடியே கேட்டார்.

“எங்க உங்கம்மா...?”

நான் அம்மாவைக் கூப்பிட்டேன். சமையற்கட்டிலிருந்து அம்மாவும் வந்தாள்.

“உங்கள அய்யா... ஸ்டேசனுக்குக் கூப்பிடறாரு... ஒரு நடை வந்துட்டுப் போங்க...”

எனக்கும் அம்மாவுக்கும் எதுவும் புரியவில்லை. பெரிதாக மீசை வைத்திருந்த போலீஸ்காரர் படியிறங்கிக் கீழே போனார். கொஞ்சநேரத்துக்குப் பின்பு அம்மாவும் கிளம்பிப் போனாள். பக்கத்து வீட்டில் மீன்கறி வதக்கும் நெடி அடித்தது. நான் கிளம்பிக் கடற்கரைக்குப் போய்விட்டேன்.

மனத்துக்குள் தொடர்ந்து பயம் எழுந்துகொண்டிருந்தது. உடைந்த கட்டுமரத்தின் மீதேறி அமர்ந்தேன். கடலலைகளையே பார்த்தபடி இருந்தேன். ஏதேதோ எண்ணங்கள் சுழன்றன. வெளிச்சம் மங்கி வந்தது. அம்மா வீட்டுக்கு வந்து பார்த்துவிட்டு என்னைத் தேடிக் கடற்கரைக்கு வந்தாள்.

“இந்த ஏரியா பழைய குற்றவாளிங்க நெறைய பேரு தங்கியிருக்கற எடமாமாடா... ஸ்டேஷனுக்கு எந்த கேஸ் வெசாரணைக்கு வந்தாலும் போலீஸ் மொதல்ல இங்க வந்துதா ஆட்களத் தேடுவாங்களா... நீ இப்ப மாட்டுனதெல்லாம் அப்படித்தானாம்... அதனால இன்ஸ்பெக்டரு நம்மள வேற எடம் பாத்துக் குடி போகச் சொல்லறாரு... உம் பேரையும் பழைய குற்றவாளிக பட்டியலிலிருந்து நீக்கித் தார்றதாகவும் சொல்லறாரு...”

நான் பதில் பேசவில்லை. தொடுவானில் கடலுக்கு மேலே இருள் கட்டி வந்தது.

“சீமையெல்லாம் சுத்திட்டுதான் இங்க வந்து சேர்ந்திருக்கோம். இப்பத் திடீர்ன்னு வேற எடம் பாத்துப் போகச் சொன்னா... நாம எங்க போயிப் பொழைக்கறது...”

அம்மாவின் கண்களில் நீர் கட்டியது. அதன் பின்பு நாங்கள் இருவரும் ஒன்றும் பேசிக்கொள்ளவில்லை. நான் மறுபடியும் ஆர்ப்பரிக்கும் கடலலைகளையே பார்த்துக் கொண்டிருந்தேன். அம்மா என் அருகில் உட்கார்ந்து அழ ஆரம்பித்தாள்.

10

சில நாட்கள் கழிந்திருந்தன. நாங்கள் வீட்டையும் ஏரியாவையும் மாற்றிக்கொண்டோம். வியாசர்பாடி பேசின் பிரிட்ஜ் பகுதியிலிருந்து உள்ளே நடந்து போக வேண்டும். மின்சார ரயில் தண்டவாளத்தை ஒட்டிய ஒரு குடிசைப் பகுதி அது. எங்கள் குடிசைக்கு முன்னூற்றைம்பது ரூபாய்தான் வாடகை. குடிசையின் தகரக் கதவுவரை தண்டவாளத்தின் ஜல்லி கருங்கற்கள் இறைந்து கிடந்தன.

அங்கு எந்நேரமும் மின்சார ரயில்கள் தடதடத்துக் கடந்தபடியே இருந்தன. அதிகாலையிலும் அந்தியிலும் தண்டவாளத்து ஜல்லிக் கருங்கற்கள்மீது ஆணும் பெண்ணும் பாகுபாடின்றி உட்கார்ந்து வெளிக்கு இருக்கும் காட்சிகளையும் கூச்சமில்லாமல் பார்க்க வேண்டியதாய் இருந்தது. சில மாதங்கள் பொறுத்துக்கொள்ளும் உறுதியுடன்தான் நாங்கள் இங்கு வந்திருந்தோம். ஆனால் அம்மாவால் இந்தச் சூழலுடன் ஒன்றி இருக்க முடியவில்லை.

அந்தச் சமயத்தில் குடும்பத்திலும் சாப்பாட்டுக்கே கஷ்டம் ஏற்பட்டது. ஒருநாள் பிற்பகலில் அம்மா கந்துவட்டிக்காரனிடம் பணம் வாங்கிக்கொண்டிருப்பதைப் பார்த்தேன். அந்த ஆளும் எந்த வேலைக்கும் செல்லவில்லை. பக்கத்துக் குடிசைப் பகுதியில் போய் உட்கார்ந்து ஏதாவது கனவு கண்டு விழித்தவளைப் போல எந்நேரமும் காணப்பட்டாள் அம்மா. எங்களுக்குள் சிறுசிறு சண்டைகள் ஏற்படத் துவங்கின. இந்த நிலைமையில் நான் வாடகைக்கு ஆட்டோ எடுத்து ஓட்டும் யோசனைக்கு வந்திருந்தேன். ஒரு சில ஆட்டோ உரிமையாளர்களையும் சந்திக்க அந்த ஆள் அழைத்துப் போனார். ஆனால் ஏனோ அவர்கள் யாரும் எனக்கு ஆட்டோ தர முன் வரவில்லை.

அன்றைக்கு மதியத்தில் நானும் அந்த ஆளும் ஒரு ஆட்டோ உரிமையாளரைச் சந்தித்துவிட்டு ரயில்வே தண்டவாளத்து ஜல்லிக் கருங்கற்கள்மீது நடந்து வீட்டுக்குத் திரும்பி வந்துகொண்டிருந்தோம். மின்சார ரயில் ஒன்று கனத்த ஓசையுடன் எங்களைக் கடந்துபோன பின்னால் அந்த ஆள் என்னிடம் பேசினார்.

"சென்னா... ஆட்டா ரேஸ் எல்லாம் நடத்திக்கினு இருக்கான். அவனப் புடுச்சா சுலபத்துல ஆட்டோ கெடைச்சிரும்..."

நான் நெற்றி வியர்வையை விரலால் சுண்டி வீசிவிட்டு அந்த இடத்தில் இருந்தே திரும்பி நடந்தேன். தண்டவாளத்தின் மீது நாய்கள் அலைந்துகொண்டிருந்தன. சென்னாவை அவன் வீட்டிலேயே போய்ப் பார்த்தேன். பழையதை எல்லாம் மறந்திருந்தான். எனக்கு உடனே ஒரு ஆட்டோ ஏற்பாடுசெய்து கொடுத்தான். திரும்பி வரும்போது பொழுது சாய்ந்திருந்தது. மின்சார ரயில்களில் வெளியே பிதுங்கியபடி ஜனங்கள் தொற்றியிருந்தனர். ஒரு கூட்ஸ் வண்டி அனாதைபோல நின்றிருந்தது.

இரண்டு மாதங்கள் வாழ்வு சுமூகமாகப் போனது. அன்று விடிந்தும் விடியாமல் இருந்தது. நான் எழுந்து வீட்டைவிட்டு வெளியே வந்தேன். தொலைவில் மின்சார ரயில் வருவதற்கான வெளிச்சப் புள்ளிகள் தெரிந்தன. சத்தம் நெருங்கி வந்துகொண்டிருந்தது. காற்று சிறு இரைச்சலுடன் வீசிற்று. எங்கும் மலத்தின் நாற்றம் விரவிக் கிடந்தது. நான் தண்டவாளத்தின் ஓரம் நடந்து போனேன். ஜல்லிக்கற்களின் மீது உட்கார்ந்தேன். ரயில் பெரும் சத்ததுடன் கடந்தது. நிலம் அதிர்ந்தது. சப்தங்கள் தேய்ந்து அடங்கின. என் அருகிலேயே ஒரு பெண் தலைக்கு முக்காடிட்டு உட்கார்ந்திருந்தாள். என் பார்வை சில கணங்கள் முக்காடிட்டு உட்கார்ந்திருந்தாள். என் பார்வை சில கணங்கள் அவளின் பிருஷ்டத்தைப் பார்த்து மீண்டது. நான் சிகரெட் பற்ற வைத்தேன். அந்தப் பெண் எழுந்து, முகத்தைத் திருப்பியபடி என்னைத் தாண்டிப் போனாள். அதே போல் பெரும் சப்தத்துடன் இன்னொரு மின்சார ரயில் கடந்தது. நானும் எழுந்து வீட்டுக்கு வந்தேன். அருகில் எங்கோ காகங்கள் கரைந்துகொண்டிருந்தன. வாசற்படியோரம் சென்னா உட்கார்ந்திருந்தான். என்னைக் கண்டதும் எழுந்தான். நான் சென்னாவைப் புரியாமல் பார்த்தேன்.

"ஒரு எடத்துக்கு அர்ஜெண்டாப் போவணும்..."

நான் விரைவாகத் தயாரானேன். இருவரும் தெருமுனையோரம் நிறுத்தியிருந்த ஆட்டோவில் ஏறினோம். ஆட்டோவை நான் ஓட்டினேன்.

“மூலக்கடை, ரெட்டேரியெல்லாம் தாண்டி வுடு… பாடி போய்… நிப்பாட்டு…”

சாலையில் இன்னும் வாகனங்கள் அதிகமாகவில்லை. அயனாவரம் வில்லிவாக்கம் பகுதியைக் கடந்து பாடி பகுதியில் ஆட்டோ நுழைந்ததும், சென்னா திருவலிதாயம் கோவிலுக்கு ஆட்டோவை விடச் சொன்னான். நெரிசலான ஒரு குறுகிய சந்தில் ஆட்டோவைத் திருப்பிச் செலுத்தினேன். கோவில் முன்பு இருந்த காலி இடத்தில் ஏற்கனவே சில இரு சக்கர வாகனங்கள் நின்றிருந்தன. நாங்கள் ஆட்டோவை அங்கேயே நிறுத்திவிட்டுக் கோவிலுக்குள் நுழைந்தோம். பொழுது கிளம்பிவிட்டது.

சென்னா நேராகத் திருவல்லீஸ்வரரைத் தரிசிக்கப் போகவில்லை. வெளிப் பிரகாரத்தில் இடது புறம் இருந்த மணல் தளத்துக்கு என்னைக் கூட்டிப் போனான். மணலில் புறாக்கள் கூட்டங்கூட்டமாய் நடந்து கொண்டிருந்தன. தரையெங்கும் புறாக்களின் காலடித்தடம் பதிந்த சுவடுகள். புறாக்கள் நகர்ந்து நகர்ந்து உட்கார்ந்தன. கோவிலுக்குள்ளிருந்து மணியோசை கேட்டது. அப்போது புறாக்களிடையே தலைக்கு முக்காடிட்டபடி ஒரு அழகான இளம்பெண் எங்களை நோக்கி வந்தாள். எனக்கு அந்தப் பெண்ணைப் பார்த்ததும் அடையாளம் தெரிந்துவிட்டது. எங்கள் பகுதியில் மார்பிள்ஸ் மற்றும் இரும்பு ராடு ஏற்றுமதி செய்யும் ஒரு பணக்கார சேட்டின் பெண் அவள். அதற்குள் சென்னா எனக்கு அந்தப் பெண்ணை அறிமுகப்படுத்தினான்.

“ப்ரீத்தி சோனா… என்ன நம்பி வூட்டவுட்டு ஓடியாந்துக்குன்னு இருக்கு இந்தப் பொண்ணு… நீதான் இன்னிக்கு எங்க ரெண்டு பேத்தையும் எங்காச்சும் கூட்டிக்கின்னு போயி… கண்ணாலம் பண்ணி வைக்கறே…’’

எனக்கு மேலும் அதிர்ச்சியாக இருந்தது. நான் அமைதியாகிவிட்டேன். நாங்கள் மூவரும் கோவிலைவிட்டு வெளியே வந்தோம். பெரிய கோபுரத்திலும் நிறைய புறாக்கள் பறப்பதும் உட்காருவதுமாக இருந்தன. வெயில் சுள்ளென இறங்கியது. ஆட்டோவில் ஏறிக் கிளம்பினோம். பிரதான சாலைக்கு வந்ததும் நான் கண்ணாடியைப் பார்த்தேன். அந்த பெண் சென்னாவின் தோள்மீது முகத்தைப் புதைத்து அணைந்திருந்தாள். அந்தப் பெண் சென்னாவிடம் எப்படி மடங்கினாள் என்பது எனக்குப் புதிராகவே இருந்தது. என்னைப் பொருத்தவரை இவர்களுக்குத் திருமணம் செய்து வைப்பது பெரிய

விசயமில்லை. சென்னா திருந்திக் குடும்பம் நடத்துவானா என்பதுதான் கேள்விக்குறியாகப் பட்டது.

நான் ஆட்டோவை நேராக எங்கள் பகுதிக்கு ஓட்டி வந்தேன். கொட்டுச் சத்தத்துடன் பாடை ஒன்றை ரயில்வே தண்டவாளத்தைத் தாண்டி எடுத்துப் போனார்கள். நான் மட்டும் ஆட்டோவிலிருந்து இறங்கி வீட்டுக்குப் போனேன். இந்த விசயத்தை அம்மாவிடம் தெரிவித்தபோது மிகவும் சந்தோசப்பட்டாள். எனக்கு ஆச்சரியமாக இருந்தது.

"கலியாணத்தப் பண்ணி வெச்சா எவ்ளோ பெரிய ரௌடியா இருந்தாலும் திருந்திருவான்... நீ மொத வேலயா... சென்னாவுக்குக் கலியாணத்தப் பண்ணி வைய்யி..."

அம்மாவும் அந்த ஆளும் உடனே எங்களோடு கிளம்பி வந்தார்கள். சென்னா ஆட்டோவின் முன்புறம் வந்து அமர்ந்து கொண்டான். ரிஜிஸ்தர் அலுவலகத்தில் எங்கள் சாட்சியுடன் சென்னா சோனா திருமணம் முடிந்தபோது பிற்பகல் கடந்துவிட்டது. சேட்டு கொடுத்த கடத்தல் புகாரை சென்னாச் சுலபமாக எதிர்கொண்டு ஒன்றும் இல்லாமல் செய்து விட்டான்.

சில மாதங்கள் நகர்ந்தன. சென்னா கொடுத்த தைரியத்தில் நாங்கள் திரும்பவும் எங்கள் குடியிருப்புக்கே குடிவந்தோம். அன்று பிற்பகல் பொழுது மேகத்துக்குள் புதைந்து கிடந்தது. நகரத்தின் மேலே சூரியக் கதிர் ஊமை வெளிச்சம் போலவே படர்ந்து இருந்தது. அம்மா என்னை ஆட்டோவில் துறைமுகத்துப் பக்கம் ஓரிடத்திற்கு அழைத்துப் போகச் சொன்னாள். கடல்காற்று குளிர்ச்சியாய் வீசிற்று. அவள் போகச் சொன்ன தெரு எனக்கு ஏற்கனவே பரிச்சயமான தெருவாகவே இருந்தது. அம்மா ஆட்டோவை நிறுத்தச் சொல்லி இறங்கிய வீடும் எனக்குத் தெரிந்த வீடுதான். சாய்பு கொடோனில் அம்மாவுடன் கோதுமை புடைத்த சகாயமேரி அக்கா வசித்த வீடு அது. நான் ஆட்டோவைத் திருப்பினேன். அதற்குள் சத்தங்கேட்டு சகாயமேரி அக்காவே வீட்டுக்கு வெளியே வந்துவிட்டாள். ஒல்லியாக உயரமாக ஆணின் முகச்சாடை கொண்ட அவள் சிரித்தபடி அம்மாவின் கையைப் பிடித்துக்கொண்டாள். என்னையும் ஆட்டோவிலிருந்து இறங்கி வீட்டுக்கு வரச் சொன்னாள். என்னாலும் தட்ட முடியவில்லை. அம்மாவைப் பின்தொடர்ந்து நானும் வீட்டுக்குள் சென்றேன். வீடு வெளிச்சம் குறைந்து காணப்பட்டது. அம்மாவும் சகாயமேரி அக்காவும்

சமையல்கட்டுக்குள் போனார்கள். நான் மரநாற்காலியில் அமர்ந்தேன். அந்த அக்காவின் பெண் ஒரு சிறுதட்டில் மைசூர்பாகும், மிக்சரும் கொண்டுவந்து என் கையில் கொடுத்துவிட்டுக் கேட்டாள்.

"நல்லாயிருக்கீங்களா...?"

"ம்ம்ம்..."

சகாயமேரி அக்காவின் பெண்ணை இதற்கு முன்பே ஒரு சில தடவை பார்த்திருந்தேன். மணலி பக்கம் ஏதோ ஒரு ஏற்றுமதி தொழிலகத்திற்கு வேலைக்குப் போய்வருவதாகத் தெரிவித்திருந்தாள். அவளைப் போலவே ஒல்லியாக, உயரமாக இருந்தாள். முகம் மட்டும் லட்சணமாக இருந்தது. எனக்கு எதிர்ச்சுவரில் கழுத்துச் சிலுவை தெரிய ஒரு ஆணின் கருப்பு வெள்ளை புகைப்படம் ஒளிரும் விளக்குடன் மாட்டப்பட்டிருந்தது. நான் அந்தப் புகைப்படத்தையே உற்றுப் பார்த்தபடி இருந்தேன். சமயற்கட்டுள்ளிருந்து தண்ணீர் சொம்புடன் வந்த சகாயமேரி அக்கா சொம்பை என் அருகே தரையில் வைத்துவிட்டுச் சொன்னாள்.

"அது ய்யே... வூட்டுக்காரரு தம்பி..."

அம்மா வந்து என் எதிர்ச்சுவரின் கீழேயே சாய்ந்து அமர்ந்தாள்.

"என்ன கெட்டிக் குடுத்தது தூத்துக்குடிக்கு... நாங்க மாதா புண்ணியத்துல சந்தோசமா இருந்தோம். ரெண்டு வருஷத்துக்கு முன்னால அவரு மன்னாரு வளைகுடாவுக்கு மீன்பிடிக்கப் போனாரு... எட்டு மீனவருக... சிலோன் ராணுவம் பிணையக் கைதியா புடிச்சு வெச்சுக்குச்சு... கவுர்மெண்ட்டும் எவ்வளவோ போராடுச்சு... மீட்க... மூணு மாசம் ய்யே வூட்டுக்காரரையும், கூடப் போனவங்களையும் பத்தி ஒரு தகவலும் இல்ல... திடீர்னு ஒருநா... சிலோன் ராணுவம் அவுங்கள விடுவிச்சது.... நானும் இவளும் வெள்ளனே கரையில போயிக் காத்திருந்தோம். ஆனா பொழுது எறங்கத்தா... ரோந்துக் கப்பல் வந்திச்சு... மத்த ஏழு பேரும் உசிரோட திரும்பி வந்துட்டாங்க... என்னோட மகராசனை மட்டும் சுட்டுக் கடல்ல போட்டுட்டதாச் சொன்னாங்க... ஆனா நாங்க நம்பல... என்னோட தங்கம் எப்படிச் செத்ததுன்னே தெரியாமப் போச்சு... பாடியக்கோடத் தரல..."

சகாயமேரி அக்கா அழவில்லை. சுவரில் சாய்ந்து நின்று கண்களை மூடிக் கொண்டாள். எதையோ சாந்தமாக ஆழ்ந்து யோசித்தாள். நான் ஒன்றும் சொல்லிக் கொள்ளாமல் எழுந்து வந்துவிட்டேன்.

மறுதினம் இரவுச் சாப்பாட்டின்போது அம்மா சகாயமேரி அக்காவின் பெண்ணைப் பற்றியே அதிகம் பேசினாள். படுக்கப் போகும்போது அந்தப் பெண்ணைக் கட்டிக் கொள்ள எனக்குச் சம்மதமா என்று கேட்டாள். நானும் சரியெனத் தலையசைத்துவிட்டேன். பின்பு யோசித்தபோது எப்படி இதற்குச் சம்மதித்தேன் என்பது விளங்கவில்லை. அவளின் பெயர்கூட எனக்குத் தெரியவில்லை. அம்மாவைக் கேட்க வெட்கமாக இருந்தது. தம்பியை விட்டுக் கேட்கச் சொன்னேன். அவன் அவளின் பெயரை உடனே என்னிடம் தெரிவிக்காமல் விளையாட்டுக் காட்டினான்.

அவர்கள் ரோமன் கத்தோலிக்கப் பிரிவைச் சேர்ந்தவர்கள். இரு வாரங்களுக்குப் பின்பு ராயபுரம் மாதா கோவிலில் எங்கள் திருமணம் நடைபெற்றது. காலை ஒன்பது மணிக்குத் திருப்பலி துவங்கிற்று. குறைவானவர்களையே அழைத்திருந்தோம். ரோஸ்மேரிக்கு முக ஒப்பனை பொருந்தவேயில்லை. அரை மணி நேரம் போயிற்று. அருட்தந்தை எங்கள் பக்கத்தில் வந்து பைபிளை வாசித்தார். என் வாழ்நாள் மட்டும்... எனத் துவங்கும் வசனத்தை மணமக்களாகிய நாங்கள் திரும்பச் சொன்னோம். அருட்தந்தை ஜெபித்துத் தங்கத் தாலியை உறவினர்களுக்கு எடுத்துக் கொடுத்தார். நான் வாங்கி தாலி கட்டும்போது ரோஸ்மேரி மனத்துக்குள் ஏதோ ஜெபித்தபடி இருந்தாள். எங்களுக்கு முதலில் அப்பம் கொடுத்த பின்பு எல்லோருக்கும் அப்பம் வழங்கினார்கள்.

அன்றிரவு நாங்கள் சகாயமேரி அக்கா வீட்டிலேயே தங்கினோம். உள்ளே சமயற்கட்டில் எங்களுக்குப் படுக்கை விரித்திருந்தனர். நானும் ரோஸ்மேரியும் குசுகுசுவெனப் பேசியபடியே இருந்தோம். சாமத்துக்குப் பின்னிட்டு இடியுடன் கூடிய மழை இறங்கியது. நான்கு தினங்கள் கழித்து நான் ஆட்டோ ஓட்டக் கிளம்பினேன். சாயங் காலத்தில் கொஞ்சம் நேரமே வந்து ரோஸ்மேரியைக் கடற்கரைக்குக் கூட்டிப்போவதை வழக்கமாக்கியிருந்தேன்.

அன்றைக்கும் அதேபோல் சாயங்காலத்தில் ஆட்டோவைக் கொண்டுவந்து குடியிருப்பின்கீழே நிறுத்திவிட்டுப் படியேறி வீட்டுக்குப் போனேன். ரோஸ்மேரியை அழைத்துக்கொண்டு கீழே வந்தபோது என் ஆட்டோவில் சென்னா உட்கார்ந்திருப்பதைப் பார்த்தேன். நான் எதுவும் பேசவில்லை. சமீப காலத்தில் சென்னாவின் நடவடிக்கைகள் திரும்பவும் மாறியிருந்தன. சென்னா ஆட்டோ சாவியைக் கேட்டான்.

என். ஸ்ரீராம் | 67

மனைவிக்கு உடம்பு சரியில்லை என்று பொய்யாகக் கூறினான். ரோஸ்மேரி பயத்துடன் பார்த்துக்கொண்டிருந்தாள். இந்த ஆட்டோவின் உரிமையாளரும் சென்னாவுக்கு நண்பர்தான். எனக்கு வேறு வழி தெரியவில்லை. சென்னாவிடம் சாவியைக் கொடுத்துவிட்டேன். கடற்கரையில் என் மனம் லயிக்கவில்லை. இரவு நெடுநேரம் கழித்தே வீட்டுக்குத் திரும்பினோம். குடியிருப்பின் கீழே ஆட்டோ நின்றிருந்தது. சாவியை அம்மாவிடம் சென்னா கொடுத்துவிட்டுப் போயிருந்தான்.

மறுநாள் நான் சவாரியுடன் எண்ணூர்ப் பக்கம் சென்று கொண்டிருந்த போது என் ஆட்டோவை போலீஸ்காரர்கள் மடக்கிப் பிடித்தனர். நான் காவல் நிலையத்துக்கு அழைத்துச் செல்லப்பட்டேன். நேற்றிரவு என் ஆட்டோ ஒரு நிழல் காரியத்துக்குச் சென்றிருப்பதைப் போலீஸ்காரர்கள் தெரிவித்தனர். நான் ஆட்டோவை ஓட்டிச் செல்லவில்லை என்பதை போலீஸ்காரர்கள் நம்பத் தயாராக இல்லை. அதனை நிரூபிக்க எனக்கும் எந்த வழியும் தெரியவில்லை. இரண்டு மாத காலம் போராடித்தான் அந்த வழக்கிலிருந்து என்னால் விடுபட முடிந்தது.

அதன்பின்னும் சென்னா எனக்கு இது போலச் சில தொந்தரவுகளை அடிக்கடி கொடுத்துவந்தான். ஒரு சில மாதங்களுக்குப் பின்னர் ஒரு நாள் முன்னிரவில் சென்னாவும் அவனது ஆட்களும் என்னைத் துறைமுகம் பக்கம் மடக்கினார்கள். நான் ஆட்டோவைக் கொடுக்க முடியாது என்றேன். அதற்கு சென்னா திட்டினான்.

"எங்கிட்ட பொறுக்கித் தின்ன... எச்சக்கல நாய்... ஆட்டோ குடுக்கறதுக்கு என்னா...?"

எனக்கும் சட்டெனக் கோபம் வந்தது. பதிலுக்கு நானும் கெட்ட வார்த்தையில் திட்டினேன். சென்னா காலால் என்னை எட்டி உதைத்தான். நான் தடுமாறிக் கீழே விழுந்தேன். எழுவதற்குள் சென்னாவின் சகாக்கள் ஆளாளுக்கு என்னை உதைத்தார்கள். தரையில் நான் புரண்டு எழ முயன்றேன். அதற்குள் சென்னாவின் சகாக்களில் ஒருவன் ஆட்டோவை ஸ்டார்ட் செய்தான். சென்னா என்னை மறுபடியும் தகாத வார்த்தையில் திட்டியபடி ஆட்டோவில் போய் ஏறி உட்கார்ந்தான். ஆட்டோ கிளம்பியது.

நான் எழுந்து நின்றேன். உதடு பிய்ந்து எரிந்தது. சட்டையில் புழுதியும் சகதியும் அப்பியிருந்தன. இயலாமையில் அழுது விடுவேன்

எனத் தோன்றியது. பக்கத்துப் பெட்டிக்கடை வரை நடந்துபோய் சிகரெட் வாங்கிப் பற்ற வைத்தேன். அங்கிருந்து நேராகக் காவல் நிலையத்துக்குச் சென்று முறையிட்டேன். எஸ்.ஐ. என்னை சென்னாமீது புகார் எழுதிக் கொடுக்கச்சொன்னார். நான் போய் என் ஆட்டோ முதலாளியைக் கூட்டி வந்தேன். ஆட்டோ முதலாளி சென்னாவைக் கண்டு பயந்து புகார் எழுதிக் கொடுக்க மறுத்துவிட்டார். ஆட்டோவைப் பிரச்சினையில்லாமல் மீட்பதையே அவர் விரும்பினார். இறுதியில் நான் மட்டும் புகார் எழுதிக் கொடுத்துவிட்டு வீடு திரும்பினேன். வீட்டில் யாரிடமும் இதைப் பற்றிச் சொல்லவில்லை. அன்றிரவு முழுவதும் எனக்கு உறக்கம் துளியும் வரவில்லை. புரண்டு படுத்தபடியே இருந்தேன். மறுநாள் சாயங்காலம்வரை வீட்டிலேயே இருந்தேன். பின்னர் தெருமுனைக்குச் சென்றேன். டீக்கடையில் மாலை தினசரியைப் புரட்டினேன். கொருக்குப் பேட்டையில் ஒரு கொலை விழுந்திருந்தது. ஆட்டோவில் வந்த மர்மக் கும்பல் என அந்த செய்தியைத் தினசரி சித்தரித்திருந்தது. சென்னா மற்றும் அவனது சகாக்களின் கைங்கரியம் என்றாலும் நான் வெளிக்காட்டிக் கொள்ளவில்லை. அந்த வாரம் நகரத்தில் விட்டுவிட்டு மழை பெய்து கொண்டிருந்தது.

அன்று இருட்டுவதற்குச் சற்று முன்னான நேரம். நான் எங்கள் தெரு வழியே நடந்து வந்துகொண்டிருந்தேன். மங்கலான வெளிச்சம் படர்ந்த தெருவில் லேசான ஜன நடமாட்டம் மட்டுமே இருந்தது. திடீரென மழைக்காற்று உருமாறியது. அப்போதுதான் நான் வானத்தைப் பார்த்தேன். மழைமேகம் திரண்டிருந்தது. குளிர் நிறைந்த உப்புக் காற்று சந்துகளினூடே புகுந்து சப்தம் எழுப்பிற்று. ஒரு திருப்பத்தில் சென்னாவும் அவனது சகாக்களும் நின்று சிகரெட் பிடித்துக் கொண்டிருப்பதைக் கவனித்தேன். நான் அவர்களைக் காணாதவன் போல விலகி நடந்தேன். சென்னா சப்தமாக என் பெயரைச் சொல்லிக் கூப்பிட்டான். நான் நின்று திரும்பிப் பார்த்தேன். அதற்குள் சென்னா என்னருகில் வந்திருந்தான். பயத்தில் என் முகம் வெளிறிவிட்டது.

“பெரிய்ய.. புடிங்கீன்னு நெனைப்பாடா ஒனக்கு... ஸ்டேஷன் வெரைக்கும் போய்க்கினு இருக்கே...”

நான் கெஞ்சும் தொனியில் சென்னாவிடம் பேசினேன்.

“சென்னா... இப்ப எனக்குக் கலியாணம் ஆயிருச்சு...”

“எனக்குந்தா கல்யாணம் ஆயிருச்சு... நீதானே பண்ணி வெச்சே...”

நான் சென்னா பின்னால் நிற்கும் அவனது சகாக்களை நோட்டமிட்டேன். அவர்கள் கையில் ஆயுதம் வைத்திருப்பதற்கான அறிகுறி தென்பட்டது. எனக்கு அந்த ஆட்களிடம் நல்ல பழக்கம் இருந்தபோதிலும் இப்போது எதிரிகள்போலப் பின்னால் நின்று பார்த்தபடி இருந்தனர். எதிர்த்து ஒரு வார்த்தை பேசினால் என்னைத் தாக்கிவிடுவார்கள் எனவும் பட்டது. உயிருடன் விட்டுப் போகக் கூடாது என்கிற வன்மமும் குரூரமும் அவர்களது கண்களில் பீறிட்டன.

நான் தெருவை ஒருமுறை பார்த்தேன். ஒரு சிலர் மட்டுமே தெரிந்தனர். மேகங்கள் தாழக் கடந்தன. கும்மிருட்டு கவிந்தது. நான் சாதுர்யமாகவும் துரிதமாகவும் செயல்படும் கணம் என்பதை உணர்ந்தேன். திடீரென சென்னாவைப் பிடித்துத் தள்ளிவிட்டேன். சென்னா நிலை தடுமாறி விழப் போனான். நான் எதையும் யோசிக்கவில்லை. தெருவில் ஓட்டம் பிடித்தேன். சகாக்கள் சுதாரித்து என்னைத் துரத்திவரும் அரவம் கேட்டது. அவர்கள் என்னைத் துரத்திவரும் அரவம் கேட்டது. அவர்கள் என்னை நெருங்குவதற்குள் நான் எப்படியாவது தப்பித்தாக வேண்டும் என்கிற வெறி மூண்டது. குடிசைகளின் இடையேயான சந்துகளில் புகுந்து விரைசலாக ஓடினேன்.

கிட்டத்தில் கட்டுமரங்களுடன் கடற்கரை தெரிந்தது. காற்று பெரும் இரைச்சலுடன் மணலை வாரி இறைத்தது. உச்சிவானில் பளிரென ஒரு மின்னல் படர்ந்தது. அதனைத் தொடர்ந்து பலத்த ஓசையுடன் ஒரு இடி இடித்தது. நான் கடற்கரை மணலில் இறங்கி ஓடினேன். சென்னாவின் சகாக்கள் போதையில் இருந்திருக்கக்கூடும். மணலில் அவர்களால் என்னளவுக்கு வேகமாக ஓடிவர முடியவில்லை. எனக்கும் அவர்களுக்குமான இடைவெளி அதிகமாயிற்று. குடியிருப்பின் பின்பகுதிக்கு வந்து நிதானமாகத் திரும்பிப் பார்த்தேன். ஐம்பது அடி தூரத்துக்கப்பால் அவர்கள் ஓடி வந்துகொண்டிருந்தார்கள்.

மழைத்துளிகள் என்மீது விழுந்தன. அங்கு சிதிலமடைந்த கட்டடங்கள் சில இருந்தன. நான் அதற்குள் புகுந்து மெல்ல நடந்தேன். இருளில் காலடி சரியாகப் புலப்படவில்லை. மலக் குத்தாரிகளை மிதித்துக் கடப்பதை மட்டும் உணர முடிந்தது. நாற்றத்தையும் தாங்கிக் கொள்ள முடியவில்லை. திரும்பவும் மின்னல் பளிச்சிட்டு இடி இடித்தது. இந்த இடத்துக்கு சென்னாவின் சகாக்கள் வருவதற்குச் சாத்தியமில்லை. சற்று அமைதியும் நிதானமும் அடைந்தேன். மழை

இறங்கிப் பெய்ய ஆரம்பித்தது. அங்கேயே ஓரிடத்தில் ஒரு மணி நேரத்துக்கு மேல் அமர்ந்திருந்தேன். பெருச்சாளிகளும் தவளைகளும் ஊர்ந்து சரசரப்பை ஏற்படுத்தின. கரம்பை எலிகள் கீறிச்சிட்டபடி ஓடின. கொசுக்கள் பாதங்களிலும், புறங்கையிலும் ஒட்டிக் கடித்தன.

மழை விட்டுவிட்டது. நான் கட்டடத்தைவிட்டு வெளியே வந்தேன். சாம்பல் நிறப் படலமாய் இருட்டின் தாத்பரியம் அடர்வுற்றது போலத் தோன்றியது. ஈரக்காற்று வேகமெடுத்திருந்தது. குடியிருப்பில் ஆள் நடமாட்டமில்லை. சென்னாவோ அவின் சகாக்களோ மறைந்திருந்து தாக்கினால் என்ன செய்வது என்கிற பயம் எழுந்தது. நாலாத்திக்கிலும் பார்வையை உற்று நோக்கியபடியே குடியிருப்பின் படிக்கட்டில் ஏறினேன்.

எங்கள் வீட்டுக் கதவு திறந்தே இருந்தது. அந்த ஆளும் அம்மாவும் முன்னறையில் உட்கார்ந்திருந்தார்கள். நான் உள்ளே போனதும் கதவைச் சாத்தித் தாழ் வைத்தேன். பசித்தது. ரோஸ்மேரியைக் கூப்பிட்டேன். ரோஸ்மேரி முன்னறைக்கு வந்துவிட்டுச் சமையற்கட்டுக்குள் போனாள். நான் சட்டையைக் கழற்றிச் சுவற்று ஆணியில் மாட்டினேன். ரோஸ்மேரி கையில் வட்டிலுடன் வந்தாள். நான் மின்விசிறியின் அடியில் உட்கார்ந்தேன். ரோஸ்மேரி வட்டிலை என் முன்னே வைத்து விட்டு ஜன்னலோரம் போய் நின்று கொண்டாள். நான் மௌனமாக வட்டில் சாதத்தைப் பிசைந்தேன். நெத்திலிக் கருவாட்டுத் துண்டுகள் முள்ளுடன் கிடந்தன. நான் சாப்பிட்டவுடன் படுத்துக் கொண்டேன். யாருடனும் முன்னிரவில் நடந்ததைப் பகிர்ந்துகொள்ளவில்லை. எனக்கு உறக்கமும் வரவில்லை. சென்னாவின் சகாக்கள் வந்து கதவைத் தட்டுவது போலவே இருந்தது. மாடிப்படியில் ஏறி இறங்கும் காலடிச் சப்தத்தை உற்றுக் கேட்டபடியே படுத்திருந்தேன். அடுத்து வந்த இரண்டு நாட்களும் நான் வீட்டைவிட்டு வெளியே எங்கும் செல்லவில்லை. பகலெல்லாம் ஜன்னலடியில் அமர்ந்து கடற்கரையையும் கடலலையையும் பார்த்தபடியே இருந்தேன். எனக்கு மனக்கிலேசமும் பதற்றமும் அதிகமாகிக்கொண்டே இருந்தன.

அன்று சாயங்காலம் நான் வீட்டைவிட்டு வெளியே புறப்பட்டேன். கடைவீதி நெரிசல் மிகுந்து காணப்பட்டது. எதிரில் கடப்பவர்கள் எல்லாம் என்னை உற்றுப் பார்ப்பதுபோலவே இருந்தது. அதேபோல் என்னை யாரோ பின் தொடர்ந்து வருவதுபோலவும் உணர்ந்தேன். சென்ட்ரல் ரயில் நிலையத்துப் பழமையான செந்நிறக் கட்டடத்தின்

மீது அஸ்தமனச் சூரியனின் மஞ்சள் ஒளிக்கதிர்கள் விழுந்து கொண்டிருந்தன. அல்லி நகரம் சென்றேன். கைப்பிடியுடன் கூடிய ஒரு பழைய வீச்சரிவாளையும் பாக்கெட்டில் வைத்துக்கொள்ளும் ஒரு சிறு சூரிக் கத்தியையும் கடைக்காரனிடம் பேரம் பேசி வாங்கினேன். பக்கத்தில் பழைய நாணயங்களைத் தேர்வு செய்து கொண்டிருந்த ஒரு சிறுமி என்னை விநோதமாகப் பார்த்தாள். நான் அவற்றைக் கறுப்பு வண்ண கேரிகவரில் முடிந்து கொண்டு வீட்டுக்கு வந்தேன். முன்னறை பீரோவின் பின்புறம் வீச்சரிவாளை மறைத்து வைத்தேன். சூரிக்கத்தியை நானே பாக்கெட்டில் வைத்துக்கொண்டேன். அதன் பின்பு சென்னாவோ, அவன் சகாக்களோ என்னைத் தேடி வரவில்லை. ஆனாலும் எனக்குச் சுத்தமாக நிம்மதி போய்விட்டது.

பெரும் பயத்துடனேயே ஒரு வார காலம் சென்றது. ஒரு பிற்பகல் நேரத்தில் சகாயமேரி அக்கா எங்கள் வீட்டுக்கு வந்திருந்தாள். தன் அம்மாவைக் கண்டதும் ரோஸ்மேரியினால் தாங்கிக் கொள்ள முடியவில்லை. அழத் துவங்கிவிட்டாள். அன்றிரவெல்லாம் என் நிலை குறித்தே எல்லோரும் விவாதித்தார்கள். மறுநாள் பகலில் சகாயமேரி அக்காவுடன் ரோஸ்மேரியும் கிளம்பி வெளியே போனாள். இருவரும் என் மாமனார் இறந்ததற்காக அரசு தந்திருந்த பணத்தை வங்கியிலிருந்து எடுத்து வந்தார்கள். அம்மா யாரிடமோ கொஞ்சம் கடன் வாங்கியிருந்தாள். நானும் அந்த ஆளும் ஷோரூம் சென்று சொந்தமாக ஒரு ஆட்டோவை எடுத்து வந்தோம். நான் சிரத்தையாகச் சவாரி பிடித்து ஓட்ட ஆரம்பித்தேன்.

இரண்டு மாதங்கள் கடந்து விட்டன. சென்னாவுக்கும் எனக்குமான பிரச்சினை எதுவும் தொடரவில்லை. அன்று காலையில் நான் ஆட்டோவைக் கிளப்பும் போதே மதியம் பன்றிக் கறி சமைப்பதாக அம்மா சொன்னாள். அந்த ஆளுக்கு வெளிக்குப் போகுமிடத்தில் கொப்புளங்கள் புடைத்து விட்டன. உஷ்ணத்தைக் குறைக்க எப்பொழுதாவது அம்மா பன்றிக்கறி சமைப்பாள். அது எனக்கும் நிரம்பப் பிடிக்கும். நான் மதியம் கட்டாயம் சாப்பிட வீட்டுக்கு வர வேண்டும் என்கிற தீர்மானத்துடன் கிளம்பினேன். தெருமுனை கடக்கும் போது பெரிதாக மீசை வைத்திருந்த போலீஸ்காரர் எதிரில் வந்தார். நான் ஆட்டோவை நிறுத்தினேன். மதியம் காவல் நிலையத்துக்கு வரச் சொல்லிவிட்டுப் போனார்.

நான் பிற்பகலில் ஆட்டோவிலேயே காவல் நிலையத்துக்குப் போனேன். அங்கு ஏற்கனவே சென்னாவும் அவனின் சகாக்கள்

இருவரும் வராண்டாவில் அமர்ந்திருந்தனர். நான் வாசலிலேயே ஆட்டோவை நிறுத்திவிட்டு நின்றுகொண்டேன். கொஞ்ச நேரம் கழித்து சென்னா எழுந்து என்னிடம் வந்தான்.

“ஏய்... மூதி.. கேஸ வாபஸ் வாங்கிக்கின்னு போயிடு...”

“நா... கேஸ வாபஸ் வாங்கனுமுன்னா... உன்னால எனக்கு எந்த ஆபத்தும் இல்லீன்னு ஸ்டேஷனல வெச்சே எழுதிக்குடு...”

“இங்க எழுதிக் குடுத்துட்டுப் போயி... உன்னப் போட்டுத் தள்ளுனா உசிரு போகாதா...?”

நான் முறைத்தேன். அதற்குள் பெரிதாக மீசை வைத்திருந்த போலீஸ்காரர் எங்களிடம் வந்தார்.

“அண்ணாச்சி இவன எப்பிடி வழிக்குக் கொண்டு வர்றதுன்னு எனக்குத் தெரியும்...”

சகாக்கள் இருவரும் பின்தொடர சென்னா வெளியேறினான். அவர்கள் மூவரும் வேறு ஓர் ஆட்டோ பிடித்துச் சாலையில் கலந்த பின்பு பெரிதாக மீசை வைத்திருந்த போலீஸ்காரர் என்னிடம் தணிந்த குரலில் பேசினார்.

“அந்த அக்கிரம நாய்களோட நீ ஏம்பா மோதறே... பேசாமா... எப்.ஐ.ஆர் வாபஸ் வாங்கிட்டுப் போயி... பொழக்கிற வழியப் பாரு..”

நான் ஆட்டோவை எடுத்துக்கொண்டு வீட்டுக்கு வந்து சேர்ந்தேன். கோடைக் கால உக்கிரம் மிகுந்து இருந்தது. கடற்கரைப் பரப்பில் வெயில் நேராக இறங்கித் தகித்தது. குடியிருப்பின் கீழ் ஆட்டோவை நிறுத்திவிட்டுப் படியேறினேன். சென்னாவைப் பகைப்பது தேவையில்லாத விசயமாகப்பட்டது. சதா பயந்து கொண்டே வாழ வேண்டியதாகவும் இருக்கிறது. நடையைத் திறந்து வைத்துவிட்டு, கைலி கட்டிய ஆண்கள் முன்னறையில் படுத்துத் தூங்கிக் கொண்டிருந்தார்கள். இறால் வறுவலின் வாசனை மூக்கில் ஏறியது.

எங்கள் வீட்டில் எல்லோரும் சாப்பிட்டு முடித்திருந்தார்கள். எனக்குக் கொஞ்சமாகக் கறி வைத்திருந்தார்கள். நான் கால் முகம் கழுவிய பின்பு, முன்னறை மின்விசிறியினடியில் அமர்ந்தேன். ரோஸ்மேரி கறியை வட்டிலில் போட்டு எடுத்து வந்து என்முன்னே வைத்தாள். இரண்டு வாய் சாப்பிட்டு முடித்துவிட்டேன்.

அப்போது குடியிருப்புவாசி ஒருவன் அவசரமாகப் படிக்கட்டில் ஓடி வந்தான். நடையைப் பிடித்துக்கொண்டே பதற்றமாகச் சொன்னான்.

"ஒன்னோட ஆட்டோவுக்கு எவனோ தீ வெச்சிக்கினு போறா... நீ வா..."

நான் எழுந்து நடையைத் தாண்டி, பக்கவாட்டில் இறங்கி ஓடினேன். குடியிருப்புவாசிகள் கூட்டமாக நின்றிருந்தார்கள். என் ஆட்டோ தீப்பிடித்து எரிந்து கொண்டிருந்தது. நான் கத்தினேன்.

"சென்னா தாயோலி... ஒன்னப் போட்டுத் தள்ளுனாத்தாண்டா எங்குடும்பம் உருப்படும்..."

11

தெருவில் இறங்கி நடந்தேன். குடிசை வாசற்படி மீது ஒரு பெண் உட்கார்ந்து லாந்தர் விளக்கு வெளிச்சத்தில் மீன் அரிந்து கொண்டிருந்தாள். அம்மணமான சில குழந்தைகள் வழியின் குறுக்கே நின்று விளையாண்டுகொண்டிருந்தன. எனக்கு மனசெங்கும் பயம் நிரம்பி இருந்தது. பதற்றமாகவும் காணப்பட்டேன். பிரதான சாலை வந்தது. கண்டெய்னர் லாரிகள் வரிசையாகத் தேங்கி நின்றன. நான் ஆட்டோ பிடித்தேன்.

"கோயம்பேடு..."

"மப்ஸலா... ட்ரேவல்சா...?"

"மப்ஸல்.."

ஆட்டோவால் வேகம் பிடிக்க முடியவில்லை. எல்லாச் சாலை களிலும் வாகனங்கள் தேங்கி நெரிசலைத் தோற்றுவித்திருந்தன. காற்று அடங்கிக் கிடந்தது. புழுக்கத்தினால் என் கழுத்தெல்லாம்கூட வியர்த்தது. கோயம்பேடு பேருந்து நிலையத்துக்கு வெளிப்புறத்திலேயே இறங்கிக்கொண்டேன். மணி எட்டுதான் ஆகியிருந்தது. நான் சாதாரண மாக இருக்க முயன்றேன். யாரையும் நேராகப் பார்ப்பதைத் தவிர்த்துக் கொண்டேன். சாலையைக் கடந்து மறுபுறம் போனேன்.

அப்போது நான் சிக்னலைக் கடப்பதற்காக நின்றிருந்த ஒரு பேருந்தின் பின்புறப் பெயர்ப் பலகையைப் பார்த்தேன். பேரணாம்பட்டு என்று இருந்தது. வாகனங்களினூடே ஓடிப் போனேன். இருக்கைகள் காலியாகவே கிடந்தன. நடத்துநர் முன்பகுதியில் இன்ஜின் கூட்டின் மீது அமர்ந்து ஓட்டுநருடன் ஏதோ பேசியபடி இருந்தார். நான் மூன்று பேர் அமரும் இருக்கையில் ஜன்னலோரமாக அமர்ந்தேன். விளக்கொளியில் மூழ்கிய நகரம் ஒருவித வசீகரத்தன்மையுடன் நகர்ந்தது. வெப்பமான காற்று முகத்தில் அறைந்தது. நகரத்தைத்

தாண்டிப் பேருந்து பயணித்தபோதுகூட என் மனசு வெளிப்புறத்தை ரசிக்கும் மனநிலையில் இல்லை. இருளில் உறைந்த வெளியை வெறித்தபடி இருந்தேனே தவிர, உண்மையில் என் எண்ணங்கள் பலவாறு சுழன்றபடி இருந்தன. உள்ளுக்குள் அமைதியே இல்லை. மீண்டும் மீண்டும் மனசு ஒருநிலை கொள்ளாமல் அலைக்கழிந்தபடியே இருந்தது.

மேற்கே பொழு கட்டடங்களுக்குள் விழுந்துவிட்டது. வெளிச்சம் மங்கி வந்தது. நான் கட்டுமரங்களுக்குள் புகுந்து நடந்தேன். அந்த கணத்தில் நான் பெரும் மன அழுத்தத்திற்கு ஆட்பட்டிருந்தேன். அலைகள் கரையோடு மோதி ஆர்ப்பரிக்கும் சத்தம் தவிர எனக்கு வேறு சத்தம் கேட்கவில்லை. நான் நடையை விரைவுபடுத்தினேன்.

இந்தக் கோடை மாதங்கள் மீன்களின் இனப்பெருக்கக் காலமாக இருந்தது. ஒருமாத காலத்துக்கு மேல் மீனவர்கள் யாரும் கடலுக்குள் இறங்கவில்லை. கட்டுமரங்கள் நெடு வரிசையில் கரையோரம் ஒதுங்கி நின்றன. உவர்காற்று பிசுபிசுப்பாய் வீசிற்று. வானம் வெளிறிக் கிடந்தது. இரு வாலாட்டிக் குருவிகள் கட்டுமரங்களுக்கிடையே இருந்து பறந்து போயின.

தொடுவானில் வெளிச்சம் ஒடுங்கிவிட்டது. கடற்கரை அனாதரவாயிற்று. மனித முகங்கள் தொலைதூரத்துக்கு அப்பால் தெரிந்தன. சென்னாவும் மாவாமென்றுகொண்டிருப்பவனும் கட்டு மரத்தின் மேல் அமர்ந்து சரக்கு அடித்துக்கொண்டிருந்தார்கள். என்னைக் கண்டதும் அவர்கள் இருவரும் துளியும் கலங்கவில்லை. சென்னா சிரித்தான்.

"என்னா... புது ஆட்டோ வாங்கிக்கினு போவ வந்தியா...?"

நான் எதுவும் பேசவில்லை. பின்புறம் மறைத்து வைத்திருந்த வீச்சரிவாளை எடுத்தேன். எதைப் பற்றியும் யோசிக்கவில்லை. சென்னாவின் கழுத்தைக் குறிபார்த்து இறக்கினேன். சென்னா கொஞ்சம் நகர்ந்துகொண்டான். வெட்டு அவன் இடது தோள்பட்டையில் இறங்கியது. மறுபடியும் ஒரு வெட்டு வெட்டினேன். சென்னா ரத்தம் பீறிடச் சரிந்து துடிதுடித்தான். மேலும் நான்கைந்து வெட்டு... சென்னாவிடம் அசைவில்லை.

அதற்குள் மாவா மென்றுகொண்டிருப்பவன் சுதாரித்துக் கொண்டான். நகர்ந்துபோய் நின்றுகொண்டு கட்டுமரத்தின் மேல் கிடந்த வடக்கயிற்றை எடுத்து என்மீது வீசினான். நான் விலகிக் கொண்டேன். அவன் ஓடத் துவங்கினான். அவன் கிறக்கமான

போதையில் இருந்தான். வெகு சுலபத்தில் நான் அவனை நெருங்கி விட்டேன். தடுமாற்றத்துடன் நின்று கெஞ்சினான். எனக்குத் துளியும் இரக்கம் ஏற்படவில்லை. நான் வீச்சரிவாளை ஓங்கி அவன் கழுத்தில் இறக்கினேன். மேலும் இருமுறை அதேபோல் செய்தேன். ஆகாசத்தில் மூன்று நாரைகள் கடலை நோக்கிய திசையில் பறந்து போயின. வெறும் ஐந்து நிமிட நேரத்தில் எல்லாம் முடிந்துவிட்டது. இரத்தம் உறைந்த வீச்சரிவாளைக் கட்டுமரங்களுக்கிடையே வீசி எறிந்தேன்.

சன்னமான இருள் பரவ ஆரம்பித்தது. நான் கடலுக்குள் சென்று இடுப்பளவு நீரில் நின்றேன். வெண்ணுரையுடன் அலைகள் வந்தபோது முங்கிக் கொண்டேன். என் சட்டையையும் வேட்டியையும் நீருக்குள்ளேயே அவிழ்த்து விட்டேன். ஜட்டி மட்டுமே இப்போது என் உடை. நடந்து கரையேறினேன். அலைகள் நிரவிய மணலில் நண்டுகள் ஊர்ந்தன. கட்டுமரங்களுக்குள் மறைத்து வைத்திருந்த பேண்ட்டையும் சட்டையையும் அணிந்து கொண்டேன். தலையைத் துவட்டியபடியே எங்கள் குடியிருப்பை நோக்கி நடந்தேன். இருள் அடர்ந்து விட்டது. மணலில் ஓர் ஆணும் பெண்ணும் நெருக்கமாக உட்கார்ந்திருந்தார்கள். நான் வீட்டுக்குப் போனபோது ரோஸ் மேரி சகாயமேரியக்காவுடன் காவல் நிலையம் சென்றிருப்பதாக அம்மா சொன்னாள். நான் ரோஸ்மேரியின் பெட்டியைத் திறந்து கொஞ்சம் பணம் எடுத்துக் கொண்டேன். ஜன்னலைத் திறந்து கடற்கரையைப் பார்த்தேன். மங்கலான வெளிச்சத்தில் கடற்கரை எந்தவிதப் பரபரப்புமின்றித் தெரிந்தது. அதுவரை மௌனமாக என்னைக் கவனித்துக் கொண்டிருந்த அம்மா கேட்டாள்.

"பீரோவுக்குப் பின்னால மறச்சுவெச்சிருந்த வீச்சரிவாள் எங்கடா...?"

"கொண்டு போயி... கடல்ல வீசிட்டே..."

"பொய் சொல்லாதே..."

"நெஜந்தா..."

"டேய்... இந்தக் கையாலதா தாலிய எடுத்துக் குடுத்து அந்தப் புள்ள கழுத்துல கட்ட வெச்சே... இப்ப ஆத்தரத்துல இதே கையால அந்தப் புள்ள தாலியப் பறிச்சிறாதடா... உனக்கும் குடும்பம் ஆயிருச்சு... நாம வேற சீம வேண்ணாலும் போயி... பொழச்சுக்கலாம்டா..."

பேருந்து ஓரிடத்தில் நின்றது. ஒரு சிறுவன் பேருந்துக்குள் ஏறிச் சப்தமிட்டான்.

"வண்டி பத்து நிமிஷம் நிற்கும்... டீ... காபி... டிபன் சாப்பிடறவங்க... சாப்பிடலாம்..."

என். ஸ்ரீராம் | 77

பேருந்திலிருந்து சிலர் இறங்கிப் போனார்கள். என் அருகில் உட்கார்ந்திருந்த இருவரும் சரிந்து உட்கார்ந்து உறங்கிப் போயிருந்தார்கள். நான் அவர்களைத் தாண்டிக் கீழே இறங்கிப் போனேன். அது வேலூர் பேருந்து நிலையம் எனத் தெரிந்தது. நேரமும் நடுநிசியைக் கடந்து விட்டது. நெடுந்தூரப் பயண வண்டிகள் மட்டுமே அங்கு நின்றிருந்தன.

12

நான் தாராபுரம் போய்ச் சேர்ந்தபோது இளமதியம் கடந்து விட்டது. காற்று வீசுவது தெரியாமல் வீசியது. பொழுது உச்சிக்கு ஏறிக் கொண்டிருந்தது. சரியான தூக்கமின்மையும் மன உளைச்சலும் சேர்ந்து எனக்குப் பசியைப் பொறுத்துக்கொள்ள முடியாதளவுக்குத் தூண்டியிருந்தன. பேருந்து நிலையத்துக்குள்ளே மேற்குப்புறம் இருந்த ஒரு ஹோட்டலுக்குள் நுழைந்தேன். சூரிய ஒளி வாசற்படி தாண்டி உள்ளே விழுந்துகொண்டிருந்தது. பொங்கல் வடை, ஒரு நெய்தோசை எனச் சேர்ந்தே ஆர்டர் செய்தேன். மேசைமீது வைத்த சில்வர் டம்ளர் தண்ணீர் கலங்கலாக இருந்தது. மெதுவாக யோசித்துக்கொண்டே சாப்பிட்டேன். இருபது வருடங்களுக்கு முன்னான என் நினைவுகள் உள்ளுக்குள் மங்கலாக எழுந்தன. பேருந்துகளின் ஹாரன் சப்தங்களும் ஜனங்களின் கூச்சலும் மிகுந்து கேட்டன.

நான் பில்லைக் கொடுக்கும்போது கல்லாவில் அமர்ந்திருந்தவரிடம் கேட்டேன்.

"அரசமரத்துக்கு எந்த பஸு...?"

"அங்க எங்க போகணும்?"

"வடக்குத் தெரு..."

அவர் நான் ஏறும் பேருந்தைக் கைகாட்டிக் காண்பித்தார். மேலும் இறங்கும் இடத்தின் அடையாளத்தையும் சொல்லி அனுப்பி வைத்தார். நான் ஏறி உட்கார்ந்ததும் பேருந்து உடனே கிளம்பியது. கடைவீதி புதிதாகப் பார்ப்பதுபோல இருந்தது. பகல் வேளை என்பதால் பேருந்தில் கூட்டமும் குறைவுதான். நான் இறங்கும் இடம் சீக்கிரம் வந்துவிட்டதுபோல இருந்தது. என்னோடு சேர்ந்து ஒரு வயதான பெண்மணி மட்டும் இறங்கினாள். பேருந்து நகர்ந்து போன பின்னால் நான் அப்பகுதியைச் சிறு நோட்டமிட்டேன்.

அரச மரத்தின் குருத்து இலைகள் பசுத்திருந்தன. அடி மரத்தைச் சுற்றிலும் போண்டா, பஜ்ஜி, வடை ஆகியவை சுட்டு விற்பனை செய்யும் கடைகளும் மாட்டு இறைச்சிக் கடைகளும் முன்பு போலவே இப்போதும் இருந்தன. நான் வடக்குத் தெருவை நோக்கி நடந்தேன். நேற்றிரவு கனமான மழை பெய்திருக்க வேண்டும். மழை வெயிலின் உக்கிரம் தார்ச் சாலையில் வெளிப்பட்டது. ராஜவாய்க்கால் கரைப் பக்கம் ஆலமரத்தைக் காணவில்லை. அந்த இடம் மொட்டையாக இருந்தது. அருகில் வேலிப் புதர்கள் மூடிக் கிடந்தன. அந்த வேலிப் புதர்க்குள் இலவசக் கழிப்பறை ஒன்று செயல்படாமல் கிடந்தது.

நான் எங்கள் வீதியை அடையாளம் கண்டு கொண்டேன். ஆனால் எங்கள் வீட்டைக் கண்டுபிடிப்பதுதான் சிரமமாக இருந்தது. வீடுகளின் தினுசே மாறிப் போயிருந்தது. வீதிகளுக்கு கூடக் கல்தளம் பதிந்திருந்தன. காளியம்மன் கோவிலைப் புதுப்பித்துக் கட்டியிருந்தனர். நான் அப்பன் பெயரைச் சொல்லிக் கேட்டேன். உடனே அங்கிருந்தவர்களால் சரியான அடையாளம் கூற முடியவில்லை. நான் அந்த வீதியையே சுற்றிச் சுற்றி வந்தேன். நண்பகல் கடந்துவிட்டது. நான் கூனக் கிழவனின் வீட்டைத் தேடிப் போனேன்.

தற்போது கூனக் கிழவனின் பொண்டாட்டி மட்டுந்தான் உயிரோடு இருந்தாள். வீட்டுக்குப் பின்புறம் எருமைக் கட்டுத் தரையில் கிடையாகக் கிடப்பதாகச் சொன்னார்கள். பின்புறத்துக்கு வீட்டை ஒட்டிய சந்தில் நுழைந்து போகச் சொன்னார்கள். சந்தின் இன்னொருபுறம் இருந்த சுவரில் ஜல்லிமண் பெயர்ந்திருந்தது.

கிழவி கயிற்றுக் கட்டிலில் படுத்தபடி சாய்ப்பின் கூரையைப் பார்த்துக் கொண்டு கிடந்தாள். கட்டில் மத்தியில் குழிவிழுந்து போயிருந்தது. அடியில் கற்றாழை மஞ்சிக் கயிறு ஆங்காங்கே அறுந்து தொங்கியது. கட்டிலின் கிட்டத்தில் சாணியை மிதித்தபடி முளைக்குச்சியைச் சுற்றி இரண்டு எருமைகள் கட்டப்பட்டிருந்தன. அவை வாலை மூத்திரத்தில் நனைத்துச் சதா வீசிக்கொண்டு இருந்தன. சுற்றிலும் வீடுகள் மறைத்துக்கொண்டதால் காற்றே வரவில்லை. புழுக்கத்தினூடே மூத்திரக் கவுச்சியும் சாணி வாசமும் சேர்ந்து அடர்ந்திருந்தன. சிறு ஈக்கள் கிழவியின் உடம்பெங்கும் ஒட்டுவதும் பறப்பதுமாக இருந்தன. அழுக்கடைந்த ஆடை விலகி, அலங்கோலமாக இருந்தது.

நான் குனிந்து கட்டிலின் அருகில் குத்தவைத்து உட்கார்ந்தேன். ஈக்கள் என் முகத்திலும் ஒட்டின. கிழவிக்குப் பொக்கவாய் விழுந்து,

கண்கள் ஒடுங்கிப் பூனை பூத்திருந்தது. ஆனாலும் கிழவிக்குப் பார்வையும் உணரும் சக்தியும் சரியாகவே இருந்தன. ஏதோ பேசுவதற்காக முனகினாள்.

நான் என்னைப் பற்றிச் சொன்னேன். கிழவிக்குக் காது கொஞ்சம் மந்தமாக இருந்தது. நான் சத்தமாகப் பேசினேன். நான் பேசியதையெல்லாம் அவதானித்துக் கொண்டாள் கிழவி. நீண்ட நேரத்துக்குப் பின்பு விட்டுவிட்டுக் கூறினாள்.

“அவெ... அவெ... இப்ப... இப்ப... தாழக்கர... குடி... போயிட்டா...”

பேசி முடிப்பதற்குள் கிழவிக்குக் கடைவாய் ஓரம் நீர் ஒழுகியது. உடம்பின் மீது ஒட்டும் ஈக்களைக் கையால் விரட்ட முடியாமல் திணறிக்கொண்டே இருந்தாள். எருமை மூத்திரம் பெய்து நீர் என் மேலே தெறித்தது. நான் எழுந்து வீட்டின் முன்புறம் போனேன். வீடு பூட்டியிருந்தது. வீட்டிலிருந்தவர்கள் யாரையும் காணவில்லை. நான் வீதியில் இறங்கினேன். இன்னும் வெயில் தாழவில்லை. காளியம்மன் கோவில் முன்பு வேம்படியில் உட்கார்ந்திருந்தவர்களிடம் தாழக்கரைக்கு வழி கேட்டேன். உருமால் துண்டைத் தரையில் விரித்துப் படுத்திருந்தவர் எழாமலே

“அரச மரத்திலிருந்து பஸூம் இருக்கு. இப்படியே சுங்கம் போயீ வயற்காட்டு வழியா நடந்தீங்கன்னா... வெறும் மூணு மைல்தான்...”

நான் நடந்தே போக முடிவுசெய்தேன். தார்ச்சாலையில் சுங்கம்வரை நடந்தேன். கோடைக்காலத்து உப்புசம் கடுமையாக இருந்தது. சுங்கத்தில் பாலிடெக்னிக் பையன்கள் சாப்பிட்டுக்கொண்டிருந்த ஓட்டலில் பார்சல் சாதம் வாங்கிக்கொண்டேன். சாலைப்பாதைத் தடத்தில் இறங்கி நடந்தேன். நான் ஒரு கொலைகாரன் என்பதே மறந்து போயிருந்தது. மனத்துக்குள் சுதந்திரமாக உணர்ந்தேன். தண்டனை பற்றிய பயம் துளியும் இல்லை. சற்றுநேரம் கழித்துக் கறவை மாட்டைக் கன்றுடன் ஓட்டியபடி ஒருவன் கூடவந்து சேர்ந்து கொண்டான். கன்றுக்கு மூன்று மாதத்திற்கு மேலிருக்கும். மாட்டின் கால்களை உராய்ந்தபடி துள்ளலுடன் நடந்து வந்தது. அந்த ஆள் ஊரைப் பற்றி, அவனைப் பற்றி, மாட்டைப் பற்றி எனப் பேசிக் கொண்டே வந்தான். மாட்டோடு விரைசலாக நடந்தான். நானும் ஈடு கொடுத்துப் பின்தொடர்ந்தேன். பாதையோரம் கல் குத்தாரி ஒன்றைக் கண்டதும் அந்த ஆள் தானும் இரண்டு கற்களை எடுத்துக் குத்தாரியில் சேர்த்தான். போகும் காரியம் சேமம் ஆகும் என்றான். நான் அந்த ஆள்

கூறும் எல்லாவற்றுக்கும் ஆமோதித்துத் தலையசைத்தபடியே கூட நடந்தேன். அந்த ஆளுக்குச் செருப்பும், கணுக்காலும் புழுதி படிந்து போயிருந்தது.

வாய்க்கால் கரைமேடு வந்ததும் அந்த ஆள் மாட்டையும் கன்றையும் ஒரு மரத்தில் பிடித்துக் கட்டினான். மர நிழலடியிலேயே உட்கார்ந்து ஒண்ணுக்கிருந்தான். அந்த மரம் உழிஞ்ஞை மரமா? சிலை உழிஞ்ஞை மரமா எனத் தெரியவில்லை. இலைகள் சுருங்கி நிழல் ஒடுங்கியிருந்தது.

"நா... இப்படியே குப்புச்சிப்பாளையம் போறே... நீங்க வயக்காட்டுக்குள்ள எறங்கி நடங்க... தாழக்கர கிட்டக்கத்தா..."

அந்த ஆள் வேட்டியைத் தூக்கி டவுசர் சோப்பிலிருந்து புகையிலை எடுத்துப் போட்டுக்கொண்டான். கரைமேட்டில் வெறுமேலோடு ஒருவன் சைக்கிளை உருட்டியபடி வந்தான். நான் வயற்காட்டுத் தடத்தில் நடந்தேன்.

முகில்கள் சூரியனை மூடி மூடி விளையாட்டு காட்டியபடியே இருந்தன. தரிசு வயலுக்குள் நிழல்கள் கட்டி கட்டி மீண்டன. ஏனோ பசி எடுக்கவில்லை. போலீஸ் பயமின்றி நடந்தேன். வண்டித்தடம் பதிந்த மண்பாதை வெறிச்சிட்டுக் கிடந்தது. இருபுறமும் பேயத்திப் புதர்களும் தழிஞ்சிப் புதர்களும் மண்டிக்கிடந்தன. தூரத்துத் தரிசு வயல்களில் எருமைகள் மேய்ந்து கொண்டிருந்தன.

பொழுது மேற்கே சாய்ந்துக் கொண்டிருந்தது. வழியில் புள்ளையார் கோவிலுடன் மாமரம் இருந்தது. அடிமரத்தில் கல்திண்டுடன் கூடிய மேடை அமைந்திருந்தனர். கல்திண்டில் பறவைகளின் எச்சங்கள் அப்பிக் கிடந்தன. குளுமையாக இருந்தது. நான் ஊதித் துடைத்துவிட்டு கல்திண்டில் ஏறி உட்கார்ந்தேன். வெயிலில் பனங்காடை கத்தியபடி கடந்து போனது. நான் பார்சல் சாதத்தைப் பிரித்து வைத்துச் சாப்பிட்டேன். குழம்பு காரமாக இருந்தது. ரசத்தைப் பிசையும்போது எங்கிருந்தோ ஒரு வெள்ளை நாய் என்னருகில் வந்து நாக்கு தொங்கியபடி நின்றது. நான் மோர் சாதத்தில் பாதியை நாயிடம் நகர்த்தி வைத்துவிட்டு எழுந்தேன். என் பிருஷ்டத்தில் தூசிகள் உதிர்ந்தன. கைகழுவத் தண்ணீர் இல்லை. சிறிது தள்ளி வரப்பில் முளைத்திருந்த ஆவாரஞ் செடியில் போய்த் துடைத்துக்கொண்டேன்.

திரும்பவும் கல்திண்டில் வந்து ஏறி உட்கார்ந்தேன். கொஞ்ச நேரம் புறவெளியைக் கவனித்தபடி இருந்தேன். நாய் வயலின் குறுக்கே புகுந்து ஓடியது. எனக்குத் தூக்க கண்ணைச் சொருகி வந்தது.

கல்திண்டிலேயே கைகளைத் தலைக்குக் கொடுத்துப் படுத்தேன். விநாயகர்மீது கட்டெறும்புகள் ஊர்ந்து கொண்டிருந்தன. செவ்வரளிப்பூ மாலை வாடி உதிர்ந்திருந்தது. மேலே மரவாதுகள் அடர்ந்து கிடந்தன. கருந்தேன்சிட்டு வாதுவிட்டு வாது தாண்டிக் குரல் கொடுத்த வண்ணம் இருந்தது. தென்மேற்குத் திசையிலிருந்து காற்று வீசிற்று.

நான் விழித்துப் பார்த்தபோது மாமரத்தின் நிழல் கிழக்கே போயிருந்தது. மஞ்சள் வெயில் உடம்பெங்கும் படர்ந்திருந்தது. எழுந்து தூசியைத் தட்டினேன். தொலைவில் ஒரு பெண் எருமைகளை ஓட்டிப் போய்க்கொண்டிருந்தாள். தாகம் எடுத்தது. நாவெல்லாம் வறண்டுவிட்டது.

நான் மண்பாதையில் மேலும் செல்லத் தொடங்கினேன். பொழுது இறங்கும் தறுவாயில் இருந்தது. தடத்தில் ஆட்டுப் புழுக்கைகள் கிடந்தன. புழுதியில் பதிந்த ஒரு செருப்புத் தாரையும் தொடர்ந்தது. உப்பாறு வறண்டு கிடந்தது. சுடு மணலில் இன்னும் தகிப்பு மீந்திருந்தது. குத்துப் பாறைகளுக்கிடையே சிறிது தண்ணீர் தெரிந்தது. நான் கைகளில் அள்ளிக் குடித்தேன். தண்ணீர் வெம்பிப் போயிருந்தது. குறத்தி மீன் குஞ்சுகள் அலைந்தன. தவளை முட்டைகள் இருந்தன. இரு ஆள்காட்டிக் குருவிகள் சற்றுத் தள்ளி மணலில் நின்று கத்தின. ஆற்றுவெளி அத்துவானமாக இருந்தது. மேடேறியதும் தார்ச்சாலை தொடர்ந்தது. தாராபுரத்திலிருந்து வெள்ளக்கோவில் செல்லும் சாலை அது. நான் நடையை எட்டி வைத்தேன்.

தாழக்கரையின் தலைவாசல் பகுதியில் கீற்று வேய்ந்த இரண்டு டீக்கடைகள் இருந்தன. மரபெஞ்சில் அமர்ந்து பீடி புகைத்துக் கொண்டிருந்த நபரிடம் நான் அப்பனைப் பற்றிய விவரத்தைச் சொல்லிக் கேட்டேன்.

"அப்புனு... ஆத்தத் தாண்டிப்... போனீன்னா... கொண்டவன் நஞ்சி தோப்பு வரும்... அங்கதா அந்த ஆளு இருக்காரு... ஆமா... என்ன சோலி..."

நான் உடனே பதில் பேசாமலிருந்தேன்.

"ஒறம்பறக்கு வந்திருக்கியா...?" நான் ஆமாவென்று தலையசைத்தேன்.

"எங்கிருந்து வாரே..."

"தாராபுரத்துல இருந்து..."

"ம்ம்ம்... ஆத்துக்கால்ல ஜீவனாக் கெடக்கு... மசங்க நேரம் வேற மளார்ன்னு போப்பா..."

கொழிமணல் தடத்தில் பூளைபூடுகள் வளர்ந்திருந்தன. தடம் சரிவாகப் போயிற்று. ஆற்றில் பாதத்தை மட்டும் மூடுமளவுக்குத் தண்ணீர் ஓடிற்று. இந்த ஆறு வேறு ஒரு ஆறு என்பதை உணர்ந்து கொண்டேன். செருப்பைக் கழற்றிக் கொண்டு தண்ணீருக்குள் இறங்கினேன். சிப்பிலி மீன்கள் உள்ளங்காலை அரித்தன. நீரோட்டம் அமைதியாக இருந்தது. பொழுது இறங்கிவிட்டது. ஊமை வெளிச்சம் மட்டுமே மிஞ்சி இருந்தது. அக்கரையிலிருந்து இரு பெண்கள் தலையில் புல்கட்டுடன் கடந்தனர். கறுத்த பெண்கள் முழங்காலும் தொடையும் தெரிய சேலையைத் தூக்கிச் சொருகியிருந்தனர்.

அக்கரையில் நாணல்கள் படர்ந்து கிடந்தன. நான் செருப்பைப் போட்டுக்கொண்டு மேடேறினேன். நெடிய தென்னை மரங்களும் முற்றிய மாமரங்களும் கொண்ட ஒரு தோப்பு இருந்தது. தோப்புக்கு அப்பால் வயல்கள் ஆரம்பித்திருந்தன.

நான் தோப்புக்குள் நுழைந்தேன். பலவிதப் பறவைகளின் ஒலிகள் கலந்து எழுந்து கொண்டிருந்தன. காகங்கள் கூட்டமாக எழுவதும், உட்காருவதுமாக இருந்தன. காற்றுஅடங்கிக் கிடந்தது. தோப்பின் நடுவே மாமரங்களுக்குள் சிறியதாய் ஒரு கீற்று வீடு தென்பட்டது. வயதான ஒருவர் மாட்டுக் கன்றைப் பிடித்துக்கொண்டு ஊறத்தாழியிடம் போனார். கறுப்பு நாய் என்னை எதிர்கொண்டு குரைத்தது. கடிப்பது போல மேலே தாவியது. நான் கீழே குனிந்து தென்னந் தோகையை எடுத்து வீசியபடிச் சத்தமிட்டேன்.

அந்த வயதானவர் மாட்டுக் கன்றை வீட்டின் முன்பு முளைக்குச்சியில் கட்டிவிட்டு நிமிர்ந்தார். நாயை அதட்டினார்.

"கடிக்காது வாங்க..."

நான் அந்த வயதானவர்தான் அப்பன் எனக் குரலைக் கேட்டதும் கண்டுகொண்டேன். என்னை எப்படி அறிமுகம் செய்வது என்கிற தயக்கம் சிறிது நேரம் நீடித்தது. அப்பனும் நிறைய மாறியிருந்தார். ஆள் ரொம்பவும் இளைத்துப் போயிருந்தார். உயரம் கூடத் தற்போது குள்ளமானதுபோல் பட்டது. தலைமுடியும் மீசையும் நரைத்திருந்தன.

அப்பன் கீற்று வீட்டுக்குள் போய்க் கயிற்றுக் கட்டிலைத் தூக்கி வந்தார். மாட்டுக் கன்றின் முளைக்குச்சியை ஒட்டி வாசலில் போட்டார். நாய் குரைத்தபடி அப்பன் கால்களை உராய்ந்தது.

"உக்காருங்க ஏதாச்சும் சோலியா வந்தீங்களா...?"

நான் உடனே எதுவும் பேசவில்லை. அப்பனையே உற்றுப் பார்த்தபடி இருந்தேன். மாமர வாதுகளுக்குள் இருண்டு விட்டது. பறவைகள் அடங்கிவிட்டன. தோப்புக்குள் நிசப்தம் சூழ்ந்து கொண்டது.

"உங்களுக்கு வழிமாறிப் போச்சுன்னு நெனைக்கறேன்... சாராயம் விக்கிற எடம் பொறத்தாண்டி இருக்கு..."

நான் என் பெயரைச் சொன்னேன். பின்பு அம்மாவின் பெயரைச் சொன்னேன். அப்பன் பெரும் அதிர்ச்சியெல்லாம் அடையவில்லை. சிறிது யோசித்தார். பின்பு கேட்டார்.

"இப்ப... எங்கிருக்கீங்க...?"

"சென்னையில்..."

அதன்பின்பு நாங்கள் சற்றுநேரம் அங்கேயே உட்கார்ந்திருந்தோம். அப்பன் எழுந்து நின்றபடி கேட்டார்.

"இப்பா... அவ... ஆரோட இருக்கா...?"

நான் பதில் சொல்லவில்லை. அப்பன் மேற்கொண்டு எதுவும் கேட்கவில்லை. இருளில் நடந்து மறைந்தார்.

நான் அந்த கயிற்றுக் கட்டிலிலேயே படுத்துக்கொண்டேன். திடீரென இருளும் தனிமையும் திகிலூட்டியது. வாடைக் காற்று மெல்ல வீசிற்று. மாமர வாதுகளுக்கிடையே புகுந்து சத்தமெழுப்பியது. நாயும் எங்கோ கிளம்பிப் போய்விட்டது. மேலே அண்ணாந்தபடியே படுத்திருந்தேன். மரச் சந்துகளுக்குள் வெளிறிய ஆகாசமும் சில விண்மீன்களும் தெரிந்தன. பழந்தின்னிப் பக்கிகள் படபடப்புடன் மாமரத்தை மோதின. அசதியும், சோர்வும் மிகுந்திருந்த போதும் ஏனோ உறக்கம் வரவில்லை.

வெகுநேரத்துக்குப் பின்பு தோப்புக்கு வெளியே யாரோ நடந்துவரும் அரவம் கேட்டது. நான் எழுந்து உட்கார்ந்தேன். நாய் தலைமாட்டுக் கட்டக்காலை வந்து முகர்ந்து பார்த்தது. அப்பன் கையில் போசியுடன் நெருங்கினார். மாட்டுக் கன்று அசைபோட்டுக்கொண்டு படுத்திருந்தது. சாப்பிடும்போது நாங்கள் இருவரும் எதுவும் பேசிக் கொள்ளவில்லை. கைகழுவிவிட்டு வந்து நான் கயிற்றுக் கட்டிலிலேயே படுத்துக் கொண்டேன். வைக்கோல் தலையணை சூடாய் இருந்தது. அப்பன் சற்றுத் தள்ளி, தரையில் தென்னந்தடுக்கைப் போட்டுப் படுத்துக் கொண்டார். காற்று சடசடவென தென்னோலையை விரித்தது.

"நாளைக்குக் காத்தால சித்தி வந்து உன்ன ஆருன்னு கேட்டா... தோப்பு மொதலாளி தங்க வெச்சிருக்கார்ன்னு சொல்லு... நா... அவகிட்ட அப்படித்தான் சொல்லியிருக்கேன்..."

எனக்கு என்னவோ போல இருந்தது. கஷ்டப்பட்டு ஆசுவாசப் படுத்திக் கொண்டேன். அதன்பின்பு அப்பனும் ஒன்றும் பேசவில்லை. தடுக்கில் திரும்பிப் படுத்துக்கொண்டார். ஆற்றுக்காலில் நரிகள் ஊளையிடத் துவங்கின. கறுப்பு நாய் அடங்காமல் தொடர்ந்து குரைத்தது.

13

வரப்புகளில் அருகும் கோரையும் இளஞ்சூடேறி இருந்தன. ஆற்றுமேட்டில் இளமதிய வெயில் நேராக இறங்கியிருந்தது. இடுப்பளவுக்கு மேலே வெள்ளம் ஓடிக் கொண்டிருந்தது. குத்துப் பாறைமீது நீர்க்காகங்கள் உட்கார்ந்திருந்தன. மாட்டின் வாலைப் பிடித்தபடி சிறுவன் ஒருவன் அக்கரைக்கு வந்து கொண்டிருந்தான். கரையில் வண்ணார்கள் துணி துவைத்துக் காயப்போட்டிருந்தார்கள். ஊர்த்தடத்தில் நடந்தேன். காற்று கொழிமணலுடன் சேர்ந்து பூளைப் பூக்களை உலுக்கிக் கொண்டிருந்தது. தாழக்கரை முகப்பில் ஏற்கனவே சிலர் பேருந்துக்காகக் காத்திருந்தனர். நான் வடக்கே செல்லும் பேருந்தில் ஏறினேன். வெள்ளக்கோவில் போய் இறங்கினேன். முத்தூர் சாலையில் உள்ள தொலைபேசி பூத்தில் நுழைந்தேன். ரோஸ்மேரியிடம் பேசினேன். ரோஸ்மேரி அழுதாள். போலீஸ் சென்னாவையும் மாவா மென்றவனையும் கொன்றது நான்தான் என முடிவுகட்டித் தேடுவதாகவும் தெரிவித்தாள். அவளால் பேசும்போது அழுகையை அடக்க முடியவில்லை. தற்சமயம் கர்ப்பமாக இருப்பதாகக் கூறி உடனே சென்னை வந்துவிடும்படிக் கூறினாள். என்னாலும் தாங்கிக் கொள்ள முடியவில்லை. தொலைபேசி இணைப்பைத் துண்டித்து விட்டேன். போலீஸ் தொலைபேசி எங்கிருந்து வருகிறது எனக் கண்காணிக்கும் என்பதால் கூடியவரை நான் தாராபுரத்திலிருந்தோ அருகிலிருந்தோ பேசுவதைத் தவிர்த்து வந்தேன்.

பேருந்தில் திரும்பிவரும்போது என் சிந்தனைகள் பலவாறு ஓடின. என்னுடைய பூர்வீகத்தை அவ்வளவு சீக்கிரத்தில் போலீஸால் கண்டுபிடிக்க முடியாது என நினைத்துக்கொண்டேன். கொஞ்சம் நிம்மதியாக இருந்தது. அதற்கடுத்த வாரம் பழனி சென்று வீட்டுக்குக் கூப்பிட்டேன். அம்மா என்னுடன் பேசுவதைத் தவிர்த்தாள். அந்த

ஆள்தான் பேசினார். வக்கீல் ஒருவரின் தொலைபேசி எண்ணைக் கொடுத்துப் பேசச் சொன்னார். போலீஸ் அவரை, அம்மாவை, ரோஸ்மேரியை, சொல்லொணாத கொடுமைக்கும் சித்திரவதைக்கும் ஆட்படுத்தியதாகவும் கூறினார். இந்த முறையும் நான் எங்கிருக்கிறேன் என்பதை மட்டும் அவர்களுக்குச் சொல்லவில்லை.

மேலும் நான்கு மாதங்கள் ஓடிவிட்டன. அன்று பனிக்கால இரவு எங்கும் இறுக்கம் கவிந்து கிடந்தது. அப்பன் சோறு கொண்டு வரும்போது இன்னொரு போசியில் சாராயத்தையும் வாங்கி வந்தார். வாசலில் தென்னந்தடுக்கை விரித்து இருவரும் அமர்ந்தோம். போசி மூடியில் சாராயத்தை ஊற்றி மாறி மாறிக் குடித்தோம். போதையில் அப்பன் அழத் தொடங்கினார். ஏதேதோ உளறினார்.

"உங்கம்மா ஓடுகாலி முண்டே... எப்ப வூட்டவுட்டுக் கண்ட நாயோட ஓடினாளோ, அப்பப் புடிச்சுது சனியன் எனக்கும் உனக்கும். தாலிகட்டின புருஷனவுட்டு ஓடின பொம்பள எங்காச்சும் வெளங்கினதாச் சரித்திரம் இருக்கா... சொல்லு கண்ணு..."

அப்பன் முகத்தில் அசாத்தியமான உணர்ச்சி ரேகையைக் கண்டேன். அவரிடம் சினமும் வெறுப்பும் ஒருசேர மண்டிக் கிடந்தது. மேலும் அப்பன் கெட்டவார்த்தையில் அம்மாவைத் தாக்கிப் பேசினார். நான் அமைதியாகிவிட்டேன். திடீரெனக் காற்று நிமிர்ந்த தென்னைகளைச் சப்தத்துடன் அசைத்தது. தேய்பிறைக் காலம். வெகுநேரத்துக்குப் பின் நிலவொளி மிதக்கத் தொடங்கியிருந்தது. நாங்கள் அப்படியே தடுக்கில் படுத்துக்கொண்டோம். குளிர் அதிகமானபடியிருந்தது. எனக்கு உள்ளங்கைகள் கூடச் சில்லிட்டுவிட்டன. நான் தூங்கி எழுந்து பார்த்தபோது, தடுக்கில் அப்பனைக் காணவில்லை. பொழுது மேலேறிக் கொண்டிருந்தது. தோப்பு நிழலில் ஒரு மூதாட்டி மட்டும் ஈர்க்குமார் கிழித்துக் கொண்டிருந்தாள். நாயையும் மாட்டுக் கன்றையும்கூடக் காணவில்லை. நான் ஆற்றுக்குப் போய்க் குளித்து வந்தேன். மதியம் வரை அப்பன் சாப்பாடு கொண்டு வரவில்லை. வானம் நீலவண்ணத்தில் துலங்கிற்று. நான் வரப்பில் இறங்கி நடந்தேன். அறுவடைக்குத் தயாரான வயல்களில் நெற்கதிர்கள் முற்றிச் சாய்ந்திருந்தன. ஈரவாசனை படர்ந்த காற்று மெலிதாய் வீசிற்று. வெயிலில் தட்டான்கள் அலைந்து கொண்டிருந்தன. மதுக்கம்பாளையத்துக்குள் நுழைந்தேன். ஆலமரத்தடியில் ஏற்கனவே சிலர் நின்றிருந்தனர். அடிமரத்தை ஒட்டிப் பனை ஓலை வேய்ந்த ஒரு பூக்கடை இருந்தது. கடைக்குள் கவிந்திருந்த இருளில் ஒரு முதியவர்

மரப்பெஞ்சில் உட்கார்ந்து பாதையைப் பார்த்தபடி இருந்தார்.

பேருந்து வருவதற்குத் தாமதம் ஆகும்போல் பட்டது. ஆலவாதுகளுக்குள் அலகனாங்குருவிகளின் முனகல் ஒலி கூட்டுக் கலவையாகக் கேட்டுக்கொண்டிருந்தது. வயல்வெளியிலிருந்து கொக்குக் கூட்டங்கள் பறந்துவந்து மரஉச்சியில் அமர்ந்தன. ஊருக் குள்ளிருந்து தலையில் துணி மோலியோடும் கையில் வாளியோடும் மூன்று பெண்கள் ஆற்றுக்குப் போகும் சரிவுத் தடத்தில் இறங்கிப் போனார்கள்.

14

தனியார் பேருந்து வந்து ஆலமரத்தடியில் திரும்பி நின்றது. இறங்கும் ஆட்கள் சொற்பமாக இருந்தனர். ஓட்டுநரும், நடத்துநரும் இறங்கி டீக்கடைக்குப் போனார்கள். நான் பேருந்தில் ஏறினேன். ஓரமான இருக்கையாகப் பார்த்து உட்கார்ந்து கொண்டேன். டீக்கடையையே பார்த்தபடியிருந்தேன். ஓட்டுநரும் நடத்துநரும் டீ குடித்தபின்பு சிகரெட் பற்றவைத்தார்கள். சீமையோடு போட்ட வீடுகள் மேலே வெயில் தகிப்புடன் இறங்கிக்கொண்டிருந்தது. அந்த நேரத்தில் ஊர் மிக அமைதியாக இருந்தது. எருமைக் கிடாரிகளைக் கழுவி, ஆற்றிலிருந்து ஓட்டிப் போனாள் ஒரு கிழவி. மேலும் சற்றுநேரம் கடந்தது. பேருந்து கிளம்பிற்று. கொக்குகள் வயல் மேலே பறந்து கொண்டிருந்தன.

அமராவதி ஆற்றுப் பாலத்தைப் பேருந்து கடந்தபோது கீழே பார்த்தேன். ஈஸ்வரன் கோவில் படிக்கட்டோர அரசமர நிழலில் காவியுடை பரதேசிகள் படுத்திருந்தனர். ஐந்துமுக்கில் இறங்கி கச்சேரி வீதி வரை நடந்தேன். வழக்கறிஞர் நீதிமன்றத்திலிருந்து வரும்வரை அவரின் அலுவலகப் படிக்கட்டின் முன்பு மரநிழலில் உட்கார்ந்திருந்தேன். அது மரமல்லிமரம். குழல் குழலான வெண்ணிற பூக்கள் தரையெங்கும் உதிர்ந்துகொண்டேயிருந்தன. வழக்கறிஞர் வந்து வெகுநேரத்க்கு பின்பே என்னை உள்ளே கூப்பிட்டார். வெயில் தாழ்ந்துவிட்டது. நான் சரணடைந்து விடுவதுதான் இதற்கு ஒரே தீர்வு என்பதைத் திரும்ப திரும்ப வலியுறுத்தினார். மதியம் சாப்பிடாததால் எனக்குப் பசி அதிகமாகவேயிருந்தது. அன்றிரவு நான் தங்குவதற்காக வழக்கறிஞர் ஒரு விடுதியும் ஏற்பாடு செய்து கொடுத்தார். பூக்கடை முச்சந்தியை ஒட்டிய தேவிவிலாஸ் ஹோட்டலின் மேல் மாடியில் இருந்தது அந்த விடுதி. முன்பனிக் காலம் என்பதால் புழுக்கமில்லை. பல்வேறு கரை படிந்த வெள்ளை விரிப்புடன் கூடிய கட்டில். படுத்து

மேலே வெறித்தபடியே இருந்தேன். உறக்கமே வரவில்லை. மின்விசிறி சுழலும் சப்தத்தைத் தவிர அறைக்குள் வேறு சப்தம் நுழையவில்லை. போலீஸ்காரர்கள் என்னைக் கைது செய்து, விலங்கு மாட்டி அழைத்துப் போகும் காட்சி மனத்துக்குள் திரும்ப திரும்ப எழுந்து கொண்டேயிருந்தன. கம்பி அடித்த வாகனத்தில் நான் புறவெளியைப் பார்த்தபடியே பயணிக்கும் சித்திரமும் எழுந்தது.

நான் எழுந்து போய் சன்னலைத் திறந்தேன். கனமான கம்பிகள் அடித்த சன்னல். இருளில் வெளியென்று எதுவும் தெரியவில்லை. சிறிது நேரத்திற்கு பின்பு இருள் பழகிற்று. இன்னொரு கட்டடத்தின் சுவரும், தும்புவாயும் மங்கலாகத் தெரிந்தன. சன்னலைச் சாத்தினேன். திரும்பி வந்து கட்டில் மீது உட்கார்ந்தேன். ஏனோ வாழ்வின் அந்திமக்கணத்தில் இருப்பவன் போல உணர்ந்தேன். தனிமை பயமுறுத்தியது. நான்கைந்து நாட்களாய் இதே சிந்தனைதான். திடீரென சுழலும் மின்விசிறியில் தூக்குமாட்டிக்கொள்ளலாம் என்கிற எண்ணம்கூடத் தோன்றியது. பயமாக இருந்தது.

மறுதினம் மதியத்துக்கு மேல் வழக்கறிஞர் என்னை மாஜிஸ்ட் ரேட்டுக்கு முன்பு கொண்டுபோய் நிறுத்தினார். வழக்கறிஞர் எல்லாம் திட்டமிட்டுச் செய்திருந்தார். பத்திரிகை மற்றும் தொலைக்காட்சி நிருபர்கள் கூடச் சரியான நேரத்துக்கு வந்து குவிந்திருந்தனர். விசாரணை முடிந்து, அன்று சாயங்காலத்துக்கு மேல்தான் நான் சிறைச்சாலைக்குக் கொண்டுசெல்லப்பட்டேன். தாலுக்கா ஆபீசுக்குப் பின்புறம் பத்திரப் பதிவு அலுவலகத்தை ஒட்டிச் சிறைச்சாலை இருந்தது. இருட்டிய பின்பு அந்த இடம் படு நிசப்தமாகி விட்டது. வராண்டாவில் இரு போலீஸ்காரர்கள் ஸ்டூலின் மீது அமர்ந்து பேசியபடி இருந்தனர். அவர்கள் இருவரும் கம்பிக்குள் அமர்ந்திருக்கும் என்னை அடிக்கடி பார்த்துக்கொண்டனர். அவர்களின் உறக்கச் சாயல் படிந்த கண்களில் வெறுப்பு மண்டிக் கிடந்தது. அருகில் எங்கோ ஓர் இடுக்கில் பல நாட்களாக செத்து இற்றுப்போன பெருச்சாளியோ, எலியோ கிடக்க வேண்டும். காற்று வீசும்போதெல்லாம் அதன் துர்நாற்றம் தொடர்ந்து அழுத்தமாய் விரவிக் கடந்தது. வராண்டா பகுதியில் இருந்த வாதநாராயண மரங்களின் வாதுகளும் காற்றுக்கு உராய்கிற ஓசையும் துல்லியமாகக் கேட்டன. தரையில் சாரை போட்டபடி கருஞ்சுள்ளெறும்புகள் ஊர்ந்து கொண்டிருந்தன. ஏற்கனவே யாரோ பொட்டலத்தைப் பிரித்து சாப்பிட்டதற்கான அடையாளமாக காய்ந்த அரிசி சாதமும், கறி குழம்பும் சிந்திய சுவடுகள் இருந்தன. நான் யோசித்தபடியே உட்கார்ந்திருந்தேன். போலீஸ்காரர்கள் இருவரும்

எழுந்து சிறைக்கூட வராண்டாத்திண்ணைக்கு வந்து எதிர் எதிராக அமர்ந்தார்கள். குவார்டர் பாட்டிலைத் திறந்து பிளாஸ்டிக் டம்ளரில் அளவு பார்த்து நிரப்பினார் ஒரு போலீஸ்காரர். இன்னொருவர் கொத்து பரோட்டா பார்சலை விரித்து வைத்தார். நான் தரையில் படுத்துக் கண்களை மூடிக் கொண்டேன். கடை வீதியின் இயக்கங்கள் அடங்கிக் கொண்டு வந்தன. போலீஸ்காரர்களின் குரல்கள் கூட ஒரு நிலையில் நின்றுவிட்டன.

15

வராண்டாவில் சூரிய ஒளி படிந்திருந்தது. வாத நாராயண மரத்தில் காகங்கள் கரைந்துகொண்டிருந்தன. பத்திரப் பதிவு அலுவலகப் பக்கம் ஒரு பெண்மணி இட்லியைக் கூவிக் கூவி விற்கும் குரல் கேட்டது. இரவு காவலுக்கு இருந்த இரு போலீஸ்காரர்களில் ஒருவரைக் காணவில்லை. ஒருவர் மட்டும் சட்டைப் பொத்தானைக் கழற்றிவிட்டுக் கொண்டு மரபெஞ்சியில் உட்கார்ந்திருந்தார். தூக்கக் கலக்கம் இன்னும் அவர் முகத்தைவிட்டு விலகாமலிருந்தது. அவரின் கண்கள் ரத்தச் சிவப்பேறியிருந்தன. என்னைப் பார்த்தவர் அங்கிருந்தே சப்தமாகக் கூப்பிட்டுப் பேசினார்.

"ஒனக்கு ஆராவது ஸ்பெஷல் சாப்பாட்டுக்குப் பணம் கட்டு வாங்களா...?"

நான் இல்லையென்று மறுத்துத் தலையசைத்தேன். தாலுக்கா ஆபீஸ் கட்டடத்தின் பகுதியிலிருந்து சைக்கிள் மணியோசை விட்டுவிட்டுக் கேட்டுக்கொண்டே இருந்தது.

"இப்ப... டியூட்டி மாத்த வேற ஒரு போலீஸ்காரர் வருவார்... பணம் கட்டறதா இருந்தாச் சொல்லு... நான் அவர்கிட்டச் சொல்லிட்டு போறேன்...''

நான் அவருக்குப் பதிலேதும் கூறவில்லை. பிரதான சாலையில் செல்லும் வாகனங்களின் சப்தம் அதிகமானது. எனக்குக் கொடுக்கப்பட்ட உணவையே உட்கொண்டு அமைதியாக அமர்ந்திருந்தேன். டியூட்டி மாற்றிய போலீஸ்காரர் என்னிடம் எதுவும் பேசவில்லை. தினசரியை விரித்துப் படித்துக்கொண்டிருந்தார். வராண்டாவைப் பெருக்கிய பெண்மணி என்னிடம் குடிதண்ணீரை மாற்றிக் கொடுக்கட்டுமாவெனக் கேட்டாள். நான் அந்தப் பெண்மணியிடமும் எதுவும் பேசவில்லை. வெயில் ஏற ஏற வாதநாராயண மரத்தில் நிழல் ஒடுங்கி வந்தது. எனக்குக்

குழப்பமான சிந்தனைகள் தொடர்ந்து எழுந்து கொண்டே இருந்தன. பகல் கடந்த ஒரு சமயத்தில் நான் யதேச்சையாக வராண்டாவைப் பார்த்ததும் அதிர்ந்து போனேன். அம்மா, அந்த ஆள், ரோஸ்மேரி மூவரும் போலீஸ்காரர்களை நோக்கி வந்து கொண்டிருந்தார்கள். நான் அவர்களை எப்படி எதிர்கொள்வது என யோசிக்கலானேன். அம்மா போலீஸ்காரரிடம் ஒரு துண்டுச் சீட்டைக் காட்டி மெதுவாக ஏதோ கூறினாள். போலீஸ்காரர் அந்தத் துண்டுச் சீட்டை வாங்கிப் பார்க்காமலேயே சப்தமான தொனியில் பேசினார்.

"பத்து நிமிஷந்தா டைம் கொடுத்திருக்கு...பாத்தமா, கௌம்பினமான்னு இருக்கணும்... சும்மா நின்னு வளவளன்னு பேசக் கூடாது... திங்க எதுவும் கொடுக்கக் கூடாது... போங்க..."

நான் எழுந்து கம்பிகளுக்கு அருகில் வந்து நின்றுகொண்டேன். மூவரும் கம்பிகளுக்கு வெளியே என்னை ஒட்டி வந்து நின்றார்கள். அம்மா கண்ணீருடன் என்னைப் பார்த்தபடியே இருந்தாள். அம்மாவுக்குச் சட்டெனப் பேச, குரல் எழவில்லை. ரோஸ்மேரி குலுங்கி குலுங்கி அழுதாள். முந்தானையால் வாயைப் பொத்திக் கொண்டு அழுகையை அடக்கினாள். அவள் மஞ்சள் பூசிய கன்னம் ஊதியிருந்தது. வயிறு மேடிட்டிருந்தது. அந்த ஆள் நகர்ந்து தூணோரம் போய் நின்றுகொண்டார். நான் அவர்கள் மூவரையும் மாறி மாறிப் பார்த்தபடியே இருந்தேன். அம்மா இருந்திருந்தாற்போல் சொன்னாள்.

"உன்னக் கூட்டிட்டுப் போக சென்னை ஸ்பெஷல் போலீஸ் வருதாமா... அவுங்க வெசாரணைக்கு அப்பாலதான் உன்ன ஜாமீன்ல வெளியே எடுக்க முடியும்னு சொல்லறாங்க... நீ மட்டும் மனசைத் தளரவிட்டுறாதே கண்ணு... நாங்க உன்ன எப்படியும் ஜாமீன்ல வெளியே எடுத்திருவோம்... நீ என்ன வேணுமின்னா இப்படிச் செஞ்சே... அவன் ஒரு துஷ்டன்... துஷ்டனைக் கொன்னது ஒண்ணும் தப்பில்ல..."

நான் பதிலேதும் கூறாமல் இருந்தேன். அம்மாவையே ஆழமாக நோக்கினேன். அம்மா திடீரென ரோஸ்மேரியைக் கிட்டத்தில் இழுத்தாள். ரோஸ்மேரியின் வயிற்றின்மீது அவள் கையை அழுத்தியபடி சொன்னாள்.

"இதுக்கு இப்ப ஆறுமாசம்.. இது பொறக்கும்போது நீ வெளியே வந்திருப்பே... அப்படி எதுவும் நடக்கலையின்னா... இவ கும்பிடற அன்னை முன்னால நாங்க எல்லோரும் பரலோகம் போயிருப்போம்னு வெச்சுக்க... இது சத்தியம்..."

அம்மா மேற்கொண்டு பேசாமல் கம்பிமீது தலையை மோதியபடி அழுதாள். எனக்கும் அழுகை வந்தது. நானும் தேம்பித் தேம்பி அழுதேன். போலீஸ்காரர் தினசரியை மடித்து வைத்துவிட்டு எங்களையே மௌனமாகப் பார்த்துக்கொண்டிருந்தார். காற்று வாதநாராயண மரத்தினிடையே புகுந்து அதன் பழுப்பு இலைகளோடு கடந்து போயிற்று.

16

மழைக்காலம் முடிவுறும் தறுவாயிலிருந்தது. நாளெல்லாம் விட்டுவிட்டு அடர்ந்த மழை பெய்தபடியே இருந்தது. ஜன்னலின் மூடாக்குப் பலகைமீது மழைத்துளிகள் தெறித்து விழும் சப்தங்கள்கூடத் துல்லியமாகக் கேட்டன. தகரக் கம்பி வலை அடித்த ஜன்னலுக்கு வெளியேயிருந்து குளிர்ந்த காற்று விசையுடன் சதா ஊடுருவிக் கொண்டே இருந்தது. நாலு மூலைச் சுவர்களிலும் ஈரம் படிந்து விட்டது. எனது இடக்காலைப் பிணைத்திருந்த கனமான இரும்புச் சங்கிலியின் இன்னொரு முனை அந்த ஈரம் படிந்த தெற்குச்சுவரில் அடித்திருந்த குந்தாணியில்தான் வலுவாக மாட்டப்பட்டிருந்தது. தடித்த இரட்டைத் தேக்குமரக் கதவுகளுக்கு வெளியே என் காவலுக்காக உட்கார்ந்திருக்கும் மப்டிப் போலீஸ்காரர்களின் குரல்கூட இப்போது அடிக்கடிக் கேட்பதில்லை. இன்று காலையோடு என்னிடம் நடைபெற்ற கடைசிக்கட்ட விசாரணையும் முடிவுக்கு வந்துவிட்டது. நான் எவரையாவது காட்டிக் கொடுப்பேன் என்கிற போலீஸ்காரர்களின் முயற்சி முற்றிலும் தோல்வியே அடைந்தது. என்னை நீதிமன்றத்தில் திரும்பவும் ஒப்படைத்துச் சிறைக்கு அனுப்பும் யோசனை போலீஸ்காரர்களுக்குத் துளியும் இல்லை. எதற்காகவோ காத்திருக்கிறார்கள் என்பதை மட்டும் யூகித்தேன்.

நண்பகல் கடந்தது. கறுத்த மழை மேகங்கள் ஆகாயத்தில் விலகியிருக்கக்கூடும். திடீரென வெயில் இறங்கிற்று. அறையெங்கும் பிரகாசமான வெளிச்சம் படர்ந்தது. நான் கம்பி வலை ஜன்னலைப் பார்த்தபடியே இருந்தேன். வெயில் சிறிது நேரமே இறங்கியிருந்தது. பின்பு நிழல் கட்டிவிட்டது. திரும்பவும் மேகங்கள் அடிவானிலிருந்து எழுந்து வந்திருக்கக்கூடும். அருகில் எங்கோ அணில்கள் கிறீச்சிட்டன. அப்போது தேக்குமரக் கதவுகள் திறக்கும் ஓசை கேட்டுத் திரும்பிப்

பார்த்தேன். போலீஸ்காரர் தட்டில் சாதத்துடன் கதவை அகலத் திறந்து கொண்டிருந்தார்.

நான் என் முகபாவத்தில் எந்த ஓர் உணர்ச்சியும் இல்லாமல் இறுக்கமாக வைத்துக் கொண்டேன். போலீஸ்காரரின் பூட்ஸ் காலடிகள் என்னை நெருங்கின. போலீஸ்காரர் குனிந்து சாதத் தட்டை என் முன்னே வைத்தார். என் கைவிலங்கின் பூட்டைத் திறந்து விட்டார். இன்னொரு போலீஸ்காரர் கையில் துப்பாக்கியுடன் கதவோரம் வந்து நின்றார். என்னையே பார்த்தபடி இருந்தார். எனக்குப் பசி மிகுந்திருந்தது. வேகமாகச் சாப்பிடத் தொடங்கினேன்.

அந்தப் போலீஸ்காரர் தண்ணீர் பாட்டிலை என்னிடம் நகர்த்தி வைத்துவிட்டு நகர்ந்தார். கதவில்லாத குளியலறையில் போய் நின்றார். சடசடவென மூத்திரம் பெய்தார். பேண்ட் ஜிப்பைச் சரிசெய்து கொண்டே மறுபடியும் என் அருகில் வந்து நின்றார். ஏதோ ஒரு ஹோட்டலில் வாங்கி வந்த கோழி பிரியாணி, இலையின் மணத்துடன் இருந்தது.

“டேய்... உன்னோட விசயமா எங்க ஐ.ஜி. ஐயா இன்னிக்கு சி.எம்... ம்மப் பாக்கப் போயிருக்கார்... கோர்ட்ல ரிமாண்ட் பண்ணறமா... இல்ல அத்திமரச் சாலையான்னு தெரிஞ்சிரும்...”

நான் சாப்பிடுவதை நிறுத்திவிட்டு, அந்த போலீஸ்காரரை ஏறிட்டேன். போலீஸ்காரர் மேற்கொண்டு எதுவும் கூறவில்லை. எனக்கு உள்ளுக்குள்ளிருந்து பயம் எழுந்து தொண்டையை அழுத்தியது. பசி வேட்கை எல்லாம் திடீரெனத் தணிந்தது போல் ஆயிற்று. யோசித்துக்கொண்டே கவளம் கவளமாக உருட்டிச் சாப்பிட முயன்றேன். கதவோரம் நின்ற போலீஸ்காரர் மிரட்டும் தொனியில் என்னைப் பார்த்துச் சப்தமிட்டார்.

“ஏன்டா எங்களுக்கென்ன வேல மயிரு இல்லீன்னு நெனைச்சியா... நீ திங்கற அழகப் பாத்துகிட்டு உக்காந்திருக்க.. சீக்கிரம் தின்னுடா... நாயே..”

நான் அவசரமாகச் சாப்பிட்டேன். போலீஸ்காரர்கள் இருவரும் சிகரெட் பற்றவைத்துக்கொண்டார்கள். புகை அறையெங்கும் நிரம்பிச் சூழ்ந்தது. தட்டில் கடைசிப் பருக்கையும் காலியானவுடன் என் அருகில் நின்ற போலீஸ்காரர் பூட்ஸ் காலால் தட்டை உதைத்தார். தட்டு நகர்ந்து தெற்குச் சுவரோரம் போய் மோதி நின்றது. அவர் குனிந்து

என் கைவிலங்கைப் பூட்டினார். நான் அவரை நிமிர்ந்து பார்த்தபடி கேட்டேன்.

"இப்படியே எத்தினை நாளைக்கு வெச்சிருப்பீங்க...?" போலீஸ் காரர்கள் இருவரும் பதில் ஏதும் கூறாமலே வெளியேறினார்கள். தேக்குமரக் கதவுகள் இழுத்துச் சாத்தப்பட்டன. திரும்பவும் என்னைத் தனிமையுணர்வு தொற்றியது. வெளியே கனமழை இறங்கியதற்கான சப்தம் கேட்டது. சிந்தனைகள் தெளிவில்லாமல் எழுந்தன.

நான் கைவிலங்குடன் எழுந்தேன். நடந்து குளியலறைப் பக்கம் சென்றேன். கால் சங்கிலி தரையில் உராய்ந்தபடி உடன் வந்தது. ஜட்டியை இடது கையால் விலக்கி மூத்திரம் பெய்தேன். ஜட்டி மட்டும் அணிந்த வெற்றுடம்பில் கொசுக்கள் கடித்த தடிப்புகள் இருந்தன. முகத்தில் தாடி நீண்டு வளர்ந்துவிட்டது. தலைமுடி செம்பட்டை கண்டுவிட்டது. என் தோற்றம் எனக்கே அருவருப்பைத் தந்தது. நான் வெகுநேரம் குளியலறைச் சுவரை வெறித்தபடியே நின்றிருந்தேன். மழையின் ஓசை அடங்கிற்று. தொலைவில் ஒரு குயில் விட்டுவிட்டுக் கூவிற்று. சட்டென அந்தக் குயிலின் குரலும் அடங்கிற்று. வெளியே ஒரு வெறுமை கவ்விற்று. தேக்குமரக் கதவுகள் ஒவ்வொன்றாகத் திறந்தன. அந்த இரு போலீஸ்காரர்களும் உள்ளே வந்தார்கள். என் உடையைக் கொடுத்து அணியச் சொன்னார்கள். என் கைவிலங்கையும் கால் சங்கிலியையும் கழற்றிவிட்டனர். நான் அமைதியாக உடையை அணிந்து முடித்தேன். மறுபடியும் கைவிலங்கை மட்டும் பூட்டினார்கள். வெளியே அழைத்தார்கள். நான் தேக்குமரக் கதவுகளைத் தாண்டிப் படிக்கட்டுவரை வந்து நின்றேன்.

மஞ்சள் வெயில் ஈரமான கட்டடங்களின் மீது இறங்கி ரம்மியப் படுத்தியது. கொய்யா மரத்தின் உச்சி வாதுகளில் மழைநீர் இன்னும் சொட்டியபடி இருந்தது. அணில்கள் கொரித்த ஒரு பழம் பாதியாய்த் தொங்கிற்று. மாடிப் படிக்கட்டிலிருந்து என்னைக் கீழே இறக்கிக் கூட்டி வந்தனர். என் முன்னும் பின்னும் அந்த இரு போலீஸ்காரர்களும் கூடவே இறங்கினர்.

அந்தப் பகுதியை என்னால் அடையாளம் காண முடியவில்லை. தெருக்களும் வீடுகளும் ஏற்கனவே பார்த்த சாயலிலேயே இருந்தன. மதிலோரம் போலீஸ் வேன் நின்றிருந்தது. வேனைச் சுற்றிலும் கம்பி வலை அடித்திருந்தனர். நாங்கள் நீர் சொதும்பிய தரையில் நடந்து வேனிடம் சென்றோம். வேறு இரு போலீஸ்காரர்கள் வந்து என்னைப்

பிடித்துக் கொண்டனர். அதில் ஒருவர் கைவிலங்குச் சாவியை வாங்கிக் கொண்டார்.

அந்த இரு போலீஸ்காரர்களும் 'சல்யூட்' பதித்து விடை கொடுத்தனர். நான் வேனில் ஏற்றப்பட்டேன். ஏற்கனவே வேனுக்குள் காக்கி யூனிபார்மில் நான்கு பேர் அமர்ந்திருந்தனர். அவர்களின் நடுவே நான் உட்காரவைக்கப்பட்டேன். அவர்களுக்கும் எனக்கும் ஆன எந்த ஓர் உரையாடலும் தொடங்கவில்லை. போலீஸ் வேன் புறப்பட்டது. தெருவைக் கடந்ததுமே அந்த ஊர் முடிவுற்றுவிட்டது. புளியமரங்கள் கவிந்த பிரதானச் சாலையில் வேன் நுழைந்து வேகம் பிடித்தது. கடந்து செல்லும் பேருந்தின் பின்புறப் பெயர்ப்பலகையைப் படித்து எந்தப் பகுதி எனத் தெரிந்து கொள்ள முயன்றேன். அதுவும் கடினமானதாகவே இருந்தது.

வேன் ஓர் ஆற்றுப் பாலத்தைக் கடந்ததுவரை வெளிச்சம் இருந்தது. அதன்பின்பு இருளில் அது எந்தப் பகுதி என அறிய முடியவில்லை. இருபுறமும் வயலாகத் தென்பட்டது. குளிர் மிகுந்திருந்தது. நகரத்தைவிட்டு வெகுதொலைவு வந்துவிட்டது மட்டும் தெரிந்தது. ரயில்வே கேட் மூடியிருந்ததால் வேன் சற்றுநேரம் நிற்கும்படியாயிற்று. கேட் திறந்ததும் ஒரே நேரத்தில் தேங்கிய வாகனங்கள் கிளம்பின. வேன் குலுங்கியபடித் தண்டவாளத்தைக் கடந்தது. பின்பு சிறிதுதூரம் சென்று வலப்புறம் திரும்பி ஓரிடத்தில் நின்றது. காவல் நிலையத்தின் சிவப்புக் கட்டடம் மங்கிய வெளிச்சத்தில் நிசப்தமாகக் கிடந்தது. பெயர்ப்பலகை தெரியவில்லை. யூனிபார்மில் என்னுடன் வந்த நான்கு போலீஸ் ஆசாமிகளும் வேனிலிருந்து இறங்கிக் காவல் நிலையத்துக்குள் சென்றார்கள். என்னோடு அமர்ந்திருந்த இரு போலீஸ்காரர்களில் ஒருவர் துப்பாக்கியைக் கையில் பிடித்தபடியே உறங்கிக்கொண்டிருந்தார்.

நான் அந்த தார்ச்சாலையை நோக்கியபடி இருந்தேன். வாகனங்கள் செல்வது குறைந்து போயிருந்தது. அந்த இடத்தில் ஒரே ஒரு தெரு விளக்கு மட்டும் எரிந்து கொண்டிருந்தது. விட்டில்கள் பறந்தன. அதன வ்டியில் நாய் ஒன்று வந்து நின்று வேனைப் பார்த்துக் குரைத்துவிட்டு இருளில் ஓடி மறைந்தது. இரவுப் பூச்சிகளின் கிறீச்சிடல்கள் தொடர்ந்தன. அப்போது நத்தை ஒன்று மண்ணிலிருந்து ஊர்ந்து தார்ச் சாலையில் ஏறுவதைக் கவனித்தேன். என் கவனமெல்லாம் நத்தையின் மீதே குவிந்தது. அந்த நத்தை எதற்காகச் சாலையைக் கடக்க முயல்கிறது என்பது பெரும் புதிராய்த் தோன்றியது.

அந்தத் நத்தையின் தேடல் எதுவாக இருக்கும் என்பதும் தெரிய வில்லை. நேர் மேலே ஆந்தைகள் அலறியபடி போயின. காக்கி யூனிபார்மில் இருந்த நான்கு போலீஸ்காரர்களும் அவசரமாக வந்து வேனில் ஏறினார்கள். காவல் நிலையத்திலிருந்து இன்னொரு ஜீப் கிளம்பி முன்னால் சென்றது. வேன் புறப்பட்டு அந்த ஜீப்பைப் பின் தொடர்ந்தது. தார்ச்சாலை அரவமின்றிக் கிடந்தது. இருபுறமும் கரும்புத் தோட்டங்களாக இருந்தன. பத்து நிமிடம் போல் பயணித்து வேன் திடீரென நின்றது. காக்கி யூனிபார்ம் போலீஸ்காரர்கள் நால்வரும் வேனிலிருந்து குதித்து இறங்கினார்கள். ஐம்பது அடி தூரம் தள்ளி முன்னால் நின்ற ஜீப்பை நோக்கி நடந்தார்கள்.

நிலவை மேகங்கள் மூடிக்கொண்டிருந்தன. தார்ச்சாலையில் மங்கிய வெளிச்சமிருந்தது. வாகனங்கள் எதுவும் தென்படவில்லை. காற்று குளிருடன் வீசிற்று. இரண்டாம் சாமத்தில் பனியும் அடர்வுடன் இறங்கியிருந்தது. நான் என்னருகில் உட்கார்ந்திருந்த போலீஸ்காரரிடம் கேட்டேன்.

"இது எந்த ஏரியா?"

சரிந்து உட்கார்ந்திருந்த அவர், துப்பாக்கியை ஊன்றி நிமிர்ந்து உட்கார்ந்துகொண்டே சொன்னார்.

"அத்திமரச் சாலை"

"இது எங்க இருக்கு"

அவர் மேற்கொண்டு எதுவும் கூறவில்லை. நானும் கேட்கவில்லை.

17

நடுநிசி கடந்து விட்டது. பனி அதிகமானபடியிருந்தது.

சாலையோர அத்திமரத்திலிருந்து கோட்டான்கள் அலறின. குரல் வந்த திக்கை நோக்கினேன். போலீஸ் ஜீப் அப்படியே நின்றிருந்தது. ஆட்களும் நின்றிருந்தார்கள். நிலா வெளிச்சமிருந்தது. ஆகாயம் தெளிவாக இருந்தது. அடிவானம், மின்னிக் கொண்டிருந்தது. காக்கி யூனிபார்மில் இருந்த நான்கு போலீஸ்காரர்களில் ஒருவர் வேனை நோக்கி வந்தார்.

"அவனெக் கூட்டிட்டு வாங்க?"

நானும், என்னோடு அமர்ந்திருந்த இரண்டு போலீஸ்காரர்களும் வேனிலிருந்து இறங்கினோம். அந்தப் போலீஸ்காரர் என்னை மட்டும் தார்ச்சாலைக்கு அழைத்துப் போனார். ஜீப்புக்கும் வேனுக்கும் இடையில் ஓரிடத்தில் என்னை நிற்கச் செய்தார். நான் மௌனமாகச் சுற்றும் முற்றும் பார்த்தேன். மங்கிய நிலா வெளிச்சத்தில் கரும்புத் தோட்டங்கள் தெரிந்தன. இருட்டுப் பூச்சிகள் தொடர்ந்து சப்தித்தன. அத்திமரத்திலிருந்து பழுத்த பழங்கள் உதிர்ந்து கொண்டே இருந்தன. விழுந்து தார்ச்சாலையில் மோதும்போது எழும் சப்தம் தனித்துக் கேட்டது. கூடவே போலீஸ்காரர்களின் குரல்கள் கேட்கத் தொடங்கின.

"பத்தடி தூரத்துல நின்னுக்க..."

"பிஸ்டல சரியா பிடி... ஸ்டெப் வெக்காதே

போஸ்ட்மார்டத்துல பிரச்சினை வந்துரும்"

"ஹாஸ்பிட்டல்ல சொல்லியாச்சுல்ல..."

"பன்னீர்செல்வம் ரெடியா?"

"ரெடி சார்..."

"உனக்குத் தனியாச் சொல்லணுமா எடது தோள் பட்டையில் வெட்டிக்க..."

சிறு அலறல் கேட்டது. நான் அதிர்ந்து போனேன். யூனிபார்ம் போலீஸ்காரர் ஒருவரின் இடது தோள்பட்டையிலிருந்து ரத்தம் சொட்டியது. கீழே குனிந்தேன். ஏற்கனவே விழுந்த அத்திப்பழங்கள் வாகனத்தில் சிக்கி நசுங்கிக் கிடந்தன. ரத்தச் சிவப்பாகத் தார்ச்சாலையில் பிசுபிசுத்தன. கண்களை மூடிக்கொண்டேன். பழுப்பு நிறத்திலிருந்து கருமை சூழ்ந்தது.

"சரியா டையத்தை நோட் பண்ணிக்க.."

"ஓகே... சார்"

"ஸ்டார்ட் பண்ணலாமா?"

இப்போது எனக்குப் பயம் சிறிதும் இல்லை. முடிவு தெரிந்துவிட்டது. நிச்சலனமாகவே நின்று கொண்டிருந்தேன். விழித்து போலீஸ்காரர்களைப் பார்த்தேன். பிஸ்டல் நீட்டப்பட்டுவிட்டது. இன்னும் சற்றுநேரத்தில் இந்த அத்திமரச்சாலை வெறிச்சோடி விடும். நானும் அத்திப்பழம்போல் விழுந்து நசுங்கிக் கிடப்பேன். ஏனோ எனக்கு அக்கணத்தில் நிறைமாத கர்ப்பத்துடன் ரோஸ்மேரி அசைந்து அசைந்து நடந்து வருவதுபோல ஒரு சித்திரம் ஞாபகத்தில் எழுந்தது. கண் கலங்கிற்று!